பயணம்

இது பணயப்பயணம்

கார்த்திகேயன் தனபால்

என் பெற்றோருக்கு முதற்கண் நன்றிகள். குடும்பத்தினர், நண்பர்கள் மற்றும் வழிகாட்டிகளுக்கு நன்றி.

என் மனைவி மற்றும் குழந்தைகளின் அன்பிற்கும் அவர்களின் ஆதரவிற்கும் நன்றி

கார்த்திக்

உரிமை துறப்பு

இந்தக்கதை முற்றிலும் என் கற்பனையே.

அனைத்து பெயர்களும், கதாபாத்திரங்களும், கதையோட்டமும், கற்பனையானது. வாழும் அல்லது இறந்த ஒரு நபருடன் ஏதேனும் ஒற்றுமை இருப்பின் அது முற்றிலும் தற்செயலானது. என் பெற்றோருக்கு முதற்கண் நன்றிகள்.

எந்த ஒரு மதத்தையும் தவறாக சித்தரிப்பதோ அல்லது எந்த ஒரு மதத்தின் உணர்வுகளை புண்படுத்துவதோ நோக்கமல்ல.

முன்னுரை

பயணம் என்ற இந்த நூல் மிகப்பெரும் யுத்திகளை, பல்வேறு வகையில் மூளையை கசக்கி மிகப்பெரும் சிந்தனா சக்தியுடன் உருவாக்கப்பட்ட, சமுதாயத்தின் மீது மிகப்பெரும் பற்று கொண்டு உருவாக்கப்பட்ட அரும்பெரும் பொக்கிஷம். இந்தப் பயணமானது கற்பனை கதை போன்று இருந்தாலும் இயற்கையை மனித சமுதாயம் எவ்வாறு சிதைத்து வருகிறது என்பதும், இயற்கையை காக்க பல்வேறு சக்திகள் ஒன்றிணைவது பற்றி நேரடியாகவும், உலகத்தில் தூய்மையான அன்புதான் அனைத்து ஜீவராசிகளுக்கும் அடிப்படை ஆதாரம் என்பதனை மறைமுகமாக விளக்கும் கதையாக உள்ளது.

அன்புத்தம்பி கார்த்திகேயன் தனபால் அவர்கள் இந்த சமுதாய விழிப்புணர்வு புத்தகம் - சிறார்கள் முதல் பெரியவர்கள் வரை அனைவருக்கும் எளிய நடையில் புரியும்படியும் விரும்பத்தக்கவகையிலும் எழுதியுள்ளார். மேலும், இந்த பயணம் என்ற கதையை அடிப்படையாகக் கொண்டு நமது வாழ்நாளில் நாம் இனிமேல் கொண்டு மேற்கொள்ளவேண்டிய பயணத்தை எவ்வாறு செயல்பட வேண்டும் என்று சிந்திக்கத்

தூண்டியுள்ளது, மாறுபட வேண்டியுள்ளது என்பதனை எடுத்துரைக்கிறது.

அன்புத்தம்பி கார்த்திகேயன் தனபால் அவர்களின் முயற்சி மகத்தானது. சமுதாயத்தின் மேல் அவர் கொண்டுள்ள பற்று அளவிட முடியாதது என்பது இந்த பயணத்தின் வழியில் அறியப்படுகிறது.
சுற்றுச்சூழல் காக்கவும், சுயநலமற்று அன்பு பெருகவும் அடித்தளமாக விளங்குகிறது இந்த பயணம்.

பயணம் வெற்றியடைய மனமார்ந்த வாழ்த்துக்கள்

- P S சக்திவேல்

பாகங்கள்

2076

பிப்ரவரி 28 ஆம் நாள், 2076, எழிலின் மிதக்கும் வீடு.

புவியீர்ப்பு விசை குறைந்ததால், 2060 ஆண்டு முதலே, நிலத்தின் திடம் குறைத்திருந்தது. நிலத்தின் மீது வீடுகள் கட்டுவதென்பதை பொறியாளர்கள் பரிந்துரைப்பதை தவிர்த்தனர். அடுத்த சில ஆண்டுகளில் வெகு சில வீடுகள் மட்டுமே நிலத்தின் மீது கட்டப்பட்டது, மற்றவை மிதக்கும் கட்டிடங்களாகவே மாறியது. நிலத்தில் வீடு கட்டியவர்களும், மெல்ல மெல்ல மிதக்கும் வீடுகளுக்கு மாறத்துவங்கினர். மண்வளம் தேவையான அளவு இல்லாததால், விவசாயம் நிலா வரை நடந்தது!

Dr. எழில், உலகத்தில் முதலாளித்துவத்தை பின்பற்றும் பகுதியில் வாழ்ந்துவந்தார்.

2076 இல், உலகில் இரண்டே பிரிவுகள் மட்டும் இருந்தன, நாடுகள் ஏதும் இல்லை!

முதலாளித்துவம் பின்பற்றும் பிரிவு, கம்யூனிசம் பின்பற்றும் பிரிவு. ஜனநாயகம் இருந்தது பெயரளவில்!

இரு பிரிவுகளுமே இயற்கை வளங்களை காப்பாற்ற தவறியதன் விளைவாய், 1100 கோடி மக்களில் பலருக்கு ஊட்டச்சத்து குறைபாடு இருந்தது! நாற்பது வயதிற்கு மேற்பட்டவர்களில் 95% பேருக்கு சர்க்கரை வியாதியோ அல்லது ரத்த அழுத்தமோ இருக்கவே செய்தது!

மொத்தமாய் இருந்த 1100 கோடியில் 510 கோடி பேர் கம்யூனிசம் பின்பற்றிய பகுதிகளிலும், 490 கோடி பேர் முதலாளித்துவம் பின்பற்றிய பகுதிகளிலும் வாழ்ந்துவந்தனர். ஜாதி, மதம் போன்ற வேறுபாடு இல்லாமல் போனது ஆனால் நிற வேறுபாடு இருக்கவேசெய்தது!

ஒவ்வொரு ஆண்டும் பல லட்சம் பேர் வறுமையின் காரணமாக இறந்து கொண்டிருந்தனர். நாற்பது வருடங்களுக்கு முன்பு பூமியின் அடித்தட்டுகளிடையே ஏற்பட்ட உராய்வால் உலக வரைபடமே மாறிப்போனது! 80 கோடி மக்கள் மண்ணுக்குள் சென்றனர்! புதிதாய் பிறந்த உலகை இரு கொள்கைகள் முதலாளித்துவம் மற்றும் கம்யூனிசம் ஆண்டன. இயற்கை 80 கோடி

மக்களை சில நிமிடங்களில் உள்வாங்கிக்கொண்டதும் ஒரு வகையில் சரிதான், இல்லையேல் அவர்களுள் பல கோடி பேர் வறுமை, பசி, பட்டினியால் தினந்தோறும் கண்முன் மற்றவர் சாவதை பார்த்து பின்னொருநாள் அவர்களும் செத்து மடிந்திருக்கக்கூடும்.

எழில், எலி என்று நண்பர்களால் அழைக்கப்படும் இவர், ஒரு விஞ்ஞானி. தனது 26 ஆம் வயதிலேயே Ph D / முனைவர் பட்டம் பெற்றவர். பெர்மாபிரோஸ்ட் அதாவது உயிரினங்களை உறையவைத்து பல ஆயிரம் ஆண்டுகள் கழித்து அவை மீண்டும் உயிர் பெரும்படியான ஒரு ஆராய்ச்சியில் இறங்கியிருப்பவர். இதற்கு முன் பல விஞ்ஞானிகள் இதை, 2040 ஆண்டிலிருந்தே, முயற்சி செய்து பார்த்தனர் ஆனால் வெற்றி பெறமுடியவில்லை. ஆனால் Dr. எழில், எப்படியேனும் இதில் வெற்றி பெற்றாகவேண்டும் என்று இரவு பகலாக உழைத்தார். ஆராய்ச்சியில் கவனம் செலுத்துவதால், தனது சொந்த வாழ்க்கையில் ஆர்வம் சற்றே குறைந்திருந்தது. மனைவியின்

பிறந்தநாளை மறப்பது, திருமண நாளன்றுகூட வீட்டிற்கு வராமல் ஆராய்ச்சிக்கூடத்திலேயே தங்கிவிடுவது போன்ற செயல்களால் எழில் தன் மனைவியிடம் தினந்தோறும் "உனக்கெதுக்கு பொண்டாட்டி?" "டூ யு ஸ்டில் லவ் மீ?" "நீயெல்லாம் என்ன யா மனுஷன்" "என் கண்ணு முன்னாடி நிக்காதே" போன்று பற்பல அர்ச்சனைகளை வாங்க ஆரம்பித்தார்.

ஆனால் அவற்றை பொறுமையுடன் கடந்து சென்றார், ஏனெனில் குடும்பத்துக்கு அவர் நேரம் செலவழிப்பதில்லை என்பது அவருக்கும் தெரிந்த உண்மையே!

காலை மாலை என இருவேளை தான் உணவு, அதுவும் அரை இன்ச் அளவில் ஒரேயொரு மாத்திரை போல் ஒரு உருண்டை மட்டும் தான் சாப்பிடுவார் எழில், அதில் கொழுப்பு, புரதம் என உடலுக்கு தேவையான அனைத்து விஷயங்களும் அடங்கும்.

காலை எழுந்தவுடன் செய்திகளை தவறாமல் பார்ப்பது எழிலின் வழக்கம். பார்க்க மட்டுமே முடியும், தாள்களில் படிக்க முடியாது!!

2051 ஆம் ஆண்டிலிருந்து செய்தித்தாள்கள் அச்சடிப்பதை உலகம் முழுவதும் நிறுத்தியிருந்தனர், வெகு சில மரங்கள் மட்டுமே எஞ்சி இருந்தகாரணத்தினால். காகிதம் என்ற ஒன்றே எங்கும் கிடையாது! எல்லாம் கணினிமயம் தான்! இன்னும் சொல்லப்போனால், யாரும் உலகில் எழுதுவதே இல்லை. பதினைந்து வயதிற்கும் கீழ் உள்ள குழந்தைகளுக்கு எழுதவே தெரியாது, ஸ்மார்ட் திரைகளில் தட்டச்சிட மட்டுமே தெரியும்.

வழக்கத்திற்கு மாறாக சற்றே தாமதமாக எழுந்த எழில், "play news" என்று சொன்னதும் சுவற்றின் ஒரு பகுதி தொலைக்காட்சிபோல் மாறியதுடன் செய்திகள் வாசிக்கப்படும் ஒளி அலைவரிசை துவங்கியது.

செய்திகள் வாசித்துக்கொண்டிருந்தது ஒரு ரோபோ, பெண் போல சிகை அலங்காரம் செய்யப்பட்ட ரோபோ!

ரோபோ சொன்ன செய்திகள்.

"பெண் ரோபோக்களுக்கு எதிரான பாலியல் தொல்லைகள் சமீபகாலமாக அதிகரித்திருப்பதாக காவல் துறை செய்தி வெளியிட்டிருக்கிறது. இது சம்பந்தமான புகார்கள், பெண் ரோபோக்களின் உரிமையாளர்களிடம் இருந்து வந்த வண்ணம் உள்ளதாக காவல் துறை உயர் அதிகாரி தெரிவித்தார்"

"உலகின் இரு பிரிவுகளுக்குள் நடக்கும் விஞ்ஞான ரீதியிலான போட்டியில் முதலாளித்துவ பிரிவை விட கம்யூனிசம் பிரிவு சற்றே முன்னேறி இருக்கிறது. இன்று காலை உள்ளூர் நேரப்படி 5 மணிக்கு உறைநிலை ஆராய்ச்சியில் ஒரு மாதம் வரை மனிதர்களை உறைநிலையில் வைத்திருக்கக்கூடிய சூத்திரத்தை வகுத்துவிட்டதாக யங் மாங் சான் சீன மொழியில் அறிவித்தார்"
இந்த செய்தியை, எழில் எதிர்பார்க்கவில்லை. கொஞ்சம் அதிர்ந்தே போயிருந்தார் அவர்.
"ஸ்டாப் டிவி" என்றதும் சுவற்றில் ஓடிக்கொண்டிருந்த செய்திகள் நின்றது.

அடுத்த நொடி வெறும் சுவராக காட்சியளித்தது.

அதிர்ச்சியில் அசையாமல் அமர்ந்திருந்த எழிலை இயல்பான நிலைக்கு கொண்டுவந்தது அவரின் மனைவியின் குரல்
"எழில், இட்ஸ் கெட்டிங் லேட்! மலரை (மலர் - அவர்களது 6 வயது மகள்) நான் ஸ்கூல்ல ட்ராப் பண்ணிட்டு அப்புறம் ஆபீஸ் போகணும். அவளை போய் எழுப்பிவிடு" என்று காட்டமாக சத்தமிட்டார் எழிலின் மனைவி பிரியா.
'இன்னிக்கு பிப்ரவரி 28, என் பர்த்டே! ஆனா அது அவனுக்கு ஞாபகமேயில்லை! அடுத்த சுனாமி வரட்டும் நானே அவனை அதுல தள்ளிவிடுறேன்' என தனக்குள் முணுமுணுத்தார் பிரியா.

எழில் கிடுகிடுவென மலரை எழுப்பினார், அவளுக்கு பல் துலக்க உதவினார் பின்னர் கவனத்தோடு குளிக்கவைத்தார்.
ஆம் கவனத்தோடு! ஒரு நாளைக்கு ஒரு வேலை மட்டுமே ஒருவர் குளிக்கலாம். 15 லிட்டர் தண்ணீருக்கு மேல் குளிக்க பயன்படுத்தக்கூடாது. வீட்டிலிருப்பவர்

எண்ணிக்கைக்கு தகுந்தாற்போல் தண்ணீர் விநியோகம் செய்யப்படும். அதனால் கவனத்தோடு மலரை குளிக்கவைத்தார் எழில். பின் அவளுக்கு பல்ளிசீருடைகளை எடுத்து கொடுத்துவிட்டு, "டியர், கெட் ரெடி சூன்" என்று சொல்லி நகர்ந்தார்.

அடுத்த நிமிடம் சமையலறை சென்ற எழில் "ஹாப்பி பர்த்டே டார்லிங்" என சொன்னதும் பிரியாவுக்கு அளவற்ற சந்தோசம். சட்டென எழிலை கட்டிக்கொண்டு "நீ எப்பவுமே இப்டி இருந்த நல்லாயிருக்கும்" என்றார் பிரியா.
"நீ ஒரு நாள் தள்ளி பொறந்திருந்தா இன்னும் நல்லாயிருக்கும்" என எழில் விளையாட்டாய் சொல்ல, முகம் சிவந்தது பிரியாவுக்கு. சொல்லிமுடிக்கும் முன் எழில், சமையலறையை காலிசெய்துவிட்டார்.

பிரியாவின் முகம் சிவக்ககரணம்;
எழில் சொன்னது போல், பிரியா ஒரு நாள் தள்ளி பிறந்திருந்தால் பிப்ரவரி 29 ஆகியிருக்கும்! அவர் வாழ்நாள் முழுவதும் பிறந்தநாள் இருந்திருக்காது...! லீப் இயர்/ மிகுநாளாண்டு, அதாவது நான்கு

ஆண்டுகளுக்கு ஒரு முறை பிப்ரவரி 29, என்பது இனி கிடையாது. இருபது ஆண்டுகளுக்கு முன் உலகம் வழக்கத்திற்கும் வேகமாக சுற்றுவதை கண்டறிந்த விஞ்ஞானிகள் அதை ஈடுகட்டுவதற்காக நேரத்தை கூட்டவேண்டியிருந்தது. அப்படி நேரத்தை கூட்டும் நோக்கில், இனி பிப்ரவரி 29 ஆம் நாளை தவிர்த்து விடலாம் என்று பரிந்துரை செய்தனர். இதற்கு இரு பிரிவுகளும் சம்மதம் தெரிவித்தன.

எழில் சொன்னபடி பிரியா ஒரு நாள் தள்ளி பிறந்திருந்தால், அவர் வாழ்நாள் முழுவதும் பிறந்தநாள் இருந்திருக்காது...! இதனால் தான் பிரியாவின் முகம் சிவந்தது
கோபத்தோடு "இந்த மொக்கை கமெண்டுக்கு குறைச்சலில்லை! இப்போ நீயா குளிக்கபோகல நான் தீகுளிச்சிருவேன்" என உரத்தக்குரலில் சொன்னார் பிரியா.
பிரியா சொன்னது கேட்டதும் குளிக்க ஓடினார் எழில் "அடேங்கப்பா, வாய்க்குள்ள வல்கனோவே வச்சிருக்கா" என சத்தமில்லாமல் சொல்லிவிட்டு.

குளியலை முடித்து வெளியே வந்ததும் எழில் கைபேசிக்கு ஆராச்சிக்கூடத்திலிருந்து அழைப்பு வந்தது.

கைபேசியிலிருந்து ஒரு அரையடி கூம்பு நீல நிறத்தில் தலைகீழாய் தோன்றியது, அதன் மேல் “லேப் காலிங்” என்று மினுமினுத்தது. தலைகீழ் கூம்பு, லேப் காலிங் இவையாவும் ஒளி கதிர்கள் மட்டுமே.
அதனோடு "Dr எழில், லேப் காலிங்" என ஒலியும் கேட்டது.

"கனெக்ட்" என்று எழில் சொன்னதும், மறுமுனையிலிருந்து குரல் "Dr எழில், வி ஹறவ் எ பிரேக்துரு. ஸ்பெசிமென் 111 A , 27 நாள் கழித்து இன்று கண்திறந்திருக்கு".
எழில் விண்ணைத்தொட்டுவிட்டது போல மகிழ்ச்சி கொண்டார்.
"ஐ அம் கம்மிங்" என்று சொல்லி இணைப்பை துண்டித்தார்.

எழில் எடுத்து வைத்த அடுத்த அடியில் நம்பிக்கை கூடியிருந்தது. அப்போது மலர் ஓடி

வந்து, "அப்பா, எனக்கு எப்போ டோபோ வாங்கித்தருவ?" என்றாள்.

டோபோ என்பது நாய் போல் உருவம், தோற்றம் கொண்ட ரோபோ. 2070களில், நாய்களை மிருகக்காட்சி பூங்காக்களில் மட்டுமே காணமுடிந்தது.

எழில், சற்றும் யோசிக்காமல் "கண்டிப்பா வாங்கித்தரேன்.. இப்பவே" என்று சொல்லிவிட்டு மேஜையில் இருந்த பலகையை பார்த்து "ஷாப்பிங் திரை" என சொன்னார்.

உடனே அந்த பலகையிலிருந்து ஒரு திரை விரிந்தது அதில் சமீபகாலமாக வாங்கிய பொருட்களின் பட்டியலும் அவர்களுக்கு தேவைப்படக்கூடிய பொருட்களும், தற்போது வீட்டில் உள்ள பொருட்களின் இருப்பு நிலை என்ன என்பதும் பட்டியலிடப்பட்டது.
"டோபோ புது வெர்சன்" என எழில் சொல்ல, கண் இமைப்பதற்குள் பல நூறு டோபோக்கல், விலை, விநியோகத்திற்கான நேரம், ஆகிய தகவல்களுடன் காட்சிகளாய் விரிந்தன. அதில்

ஒரு டோபோ வெள்ளை நிறத்தில் நீல நிற புள்ளிகள் கொண்ட டோபோவும் இருந்தது.
மலர் "அப்பா அந்த வைட் வித் ப்ளூ டாட்ஸ்" என்றாள்.
எழில் அந்த மெய்நிகர்த்திரையில் மலர் குறிப்பிட்ட அந்த டோபோவை தொட்டார்.
உடனே, அதன் விலை - 17000 கார்பன் கிரேடிட்ஸ், 8 மணி நேரத்திற்குள் விநியோகம் என குறிப்பிடப்பட்டிருந்தது.

"அப்ரூவ் வித் ரெடினா ஸ்கேன்" என்று எழில் சொல்ல ஊடுகதிரானது எழிலின் விழித்திரையில் மேலிருந்து கீழ்வரை சென்றது.
"அப்ரூவ்ட்" என்ற செய்தி அந்த திரையில் வந்தது.
மலருக்கு மிகுந்த சந்தோசம், "தாங்க் யு டாட்" என்று எழிலை அணைத்துக்கொண்டாள்.
மலருக்கு எப்போது மலை நேரம் வரும், தனது டோபோ எப்படி இருக்கும், எவ்வளவு வேகம் ஓடும், என பல சிந்தனைகள்.

கார்பன் கிரேடிட்ஸ்;

2076இல் பணம் என்ற ஒன்றே கிடையாது, மாறாக கார்பன் கிரேடிட்ஸ் மட்டுமே செயல்பாட்டில் இருந்தது. காகிதங்களே இல்லாதபோது இனி பணம் போன்ற செலவாணியை எப்படி பின்பறற்றுவது என்ற நோக்கில், இந்த கார்பன் கிரேடிட்ஸ் முறை நிறுவப்பட்டது. கார்பன் கிரெடிட் என்பது கார்பன் டை ஆக்சைடை வெளியிடுவதற்கான உரிமையை அல்லது தன் சார்பில் மற்றவர் வெளியிடுவதற்கான உரிமையை தரும் ஒரு செலாவணி. ஒரு கார்பன் கிரெடிட் பல ஆயிரம் ரூபாய்களுக்கு சமமாக இருந்தது. கார்பன் வெளியேற்றம் காரணமாக உலகின் வெப்பம் அதிகரித்துக்கொண்டே போனதால், அதை எப்படியேனும் கட்டுப்பாட்டிற்குள் கொண்டு வரும் முயற்சியில் இந்த கார்பன் கிரெடிட் முறை கடைபிடிக்கப்பட்டது. இந்த கிரெடிட் முறை அறிமுகம் செய்யப்பட்டபோது ஐம்பது வருடங்களுக்கு முன் செய்திருக்க வேண்டிய ஒன்றை, இவ்வளவு தாமதமாக செய்திருப்பது 'கண்கெட்ட பின் சூரிய நமஸ்காரம் போல' என பல இயற்கை ஆர்வலர்கள் கருத்து தெரிவித்திருந்தனர்.

எழில் தன் ஆராய்ச்சிக்கூடத்திற்கான சீருடையை அணிந்து, பின் கிளம்ப தயாரானார். அதற்குமுன், பிரியாவிடம் சென்று "இன்னைக்கு டின்னர் நான் சமைக்கிறேன்" என சிரித்தபடி சொல்லிவிட்டு சென்றார். பிரியாவுக்கு மகிழ்ச்சி, இரண்டு காரணங்களுக்காக, ஒன்று- இன்று அவர் சமைக்கத்தேவையில்லை, அதனால் ஓய்வு கிடைக்கும், இரண்டு- இதற்குமுன் எழில் இப்படி சொன்னதுவும் இல்லை!

எழில் தன் டயர்கள் இல்லா தானியங்கும் காரை எடுத்துக்கொண்டு லேபுக்கு சென்றார். காகிதங்கள் மட்டுமல்ல ரப்பரும் இல்லாது போனது, மீண்டும் அதே கரணம்; மரங்களின் எண்ணிக்கை குறைந்ததனால்.

கார்கள் அனைத்தும் தரையிலிருந்து இரண்டு அடிக்கு மேல் பறந்தன, காந்த இழுவை எனும் தொழில்நுட்பமே மிக பிரதானமாக இருந்தது. உலகில் எரிபொருள் என்ற ஒன்றே இல்லாது போனதால், காந்த இழுவை போன்ற சில தொழில்நுட்பங்கள் போக்குவரத்துக்கு உதவியது.

பொதுவாக தானியங்கி கார்களில் பயணிக்கும் நபர்கள், ஓய்வு எடுப்பார்கள் ஆனால் எழிலோ ஏதேனும் தொழில்நுட்ப கட்டுரைகள் அல்லது தொழில்நுட்பம் சம்மந்தப்பட்ட செய்திகளை கேட்டவாறு இருப்பார். பயணிக்கும் நேரத்தையும் ஆக்கபூர்வமாக செலவிடுவார்.

அடுத்த அரைமணிநேரத்தில் ஆராய்ச்சிக்கூடத்தை அடைந்தார் எழில்.

கூடத்தினுள் நுழைந்ததும் அவரது சக பெண் விஞ்ஞானி "கோணிச்சிவா" என்றார்.

எதையோ மறந்து விட்டது போல் உணர்த்த எழில், ஒரு கருவியை காதில் மாட்டிக்கொண்டு "இப்போ சொல்லுங்க" என்றார்.

மீண்டும் அந்த பெண் விஞ்ஞானி "கோணிச்சிவா" என்றார்.

"வெரி குட் மார்னிங்" என வணக்கம் செலுத்திவிட்டு தொடர்ந்து உள்ளவே சென்றார் எழில்.

எழிலுக்கு ஜப்பானிய மொழி தெரியாது, அந்த ஜப்பானிய மொழி பேசும் பெண்ணுக்கு ஆங்கிலம் தெரியாது, ஆனால் இவர்கள் எப்படி ஒருவரை ஒருவர் புரிந்து கொண்டனர்?

அதற்கு கரணம் எழில் காதில் மாட்டிய கருவி, அதே கருவி அந்த சக விஞ்ஞானியின் காதிலும் இருந்தது.
உலகெங்கும் உள்ள மனிதர்கள் ஒருவரை ஒருவர் தொடர்புகொள்ள மொழி ஒரு தடையாக இருக்க கூடாதென்பதற்காக, இந்த கருவி கண்டுபிடிக்கப்பட்டது. கண்டுபிடித்தவர், ஆறு வயதில் ஒரு குண்டு வெடிப்பு சம்பவத்தால் தன் செவித்திறனை இழந்த ஒருவர். செவித்திறன் இழந்துவிட்டதை பொருட்படுத்தாமல், மொழி புரியாது போனால் செவித்திறன் இருந்தும் பயனில்லை என்று உணர்ந்து அந்த கருவியை கண்டுபிடித்தார். இன்று உலகம் முழுவதும் இந்த கருவியை பல கோடி பேர் வியாபாரரீதியிலும், கல்விக்காகவும் பயன்படுத்தி வருகிறார்கள்.

எழில் தன் ஆய்விடம் அருகில் சென்றவுடன் "கங்கிராட்ஸ், கங்கிராட்ஸ்" என்ற சத்தம் கேட்டது. அது எழிலின் ரோபோ பிச்சு. எழில் தான் அந்த பழைய மாதிரி ரோபோவை உருவாக்கினார், தன் தாத்தா பிச்சுமணியின் நினைவாக பிச்சு என்ற பெயரை சூட்டியதும் அவர்தான். எழிலுடன் வேலை பார்க்கும் சக

விஞ்ஞானிகள் "என்ன எழில் ரோபோவுக்கு பிச்சு, ஒட்டடைவுனு பேர் வச்சிருக்கீங்க" என கிண்டல் செய்தபோதிலும் அவரின் தாத்தா மீது கொண்ட மரியாதையினாலும், அன்பினாலும் பிச்சு என்ற பெயரை மாற்றவே இல்லை.

"தேங்க்ஸ் பிச்சு" என சொல்லிவிட்டு, எழில் தனக்கு கைபேசி மூலம் செய்தியை சொன்ன அந்த நபரிடம் சென்று "சொல்லுங்க என்ன டெவெலப்மெண்ட்" என கேட்டார்.

"Dr எழில், உங்க ஸ்பெசிமென் 111 A , இஸ் பாக் டு லைப். இது பெரிய திருப்புமுனை, நிச்சயமா நாம பல மாதங்கள் வரை உறைநிலையில் உயிர்களை வைத்திருக்கமுடியும்ங்கிற நம்பிக்கை வந்திருக்கு" என பதிலளித்தார் அந்த நபர்.

"நோ. என் குறிக்கோள், பல மாதங்கள் இல்லை, பல ஆயிரம் வருஷங்கள் உயிர்களை உறைநிலையில் வைக்கணும்" என சொன்னார் எழில்.

இதை கேட்ட மற்றோரு விஞ்ஞானி ஹாசன், எழிலின் நண்பரும்கூட, "எலி, தட்ஸ் டூ மச். பல ஆயிரம் வருஷம் யாரு இருந்து டெஸ்ட் பண்ணுவா!!"

"அதுக்கும் ஒரு ஐடியா இருக்கு ஹாசன். இப்போ வரைக்கும் நான் குரங்கை வெச்சு தான் எக்ஸ்பிரிமெண்ட் பண்ணியிருக்கேன், இந்த திருப்புமுனைக்கு அப்புறம், நான் சில நிமிடங்கள், நொடிகள் மட்டுமே வாழக்கூடிய செல்கள் மேல என் ஆராய்ச்சியை துவங்கப்போறேன்!" என்றார்.
அங்கிருந்த எல்லோருக்கும் பிரமிப்பு!

உயர்மட்ட விஞ்ஞானிகளிடம், உறைநிலையில் வைக்கப்பட்டிருந்த குரங்கு 27 நாட்கள் கழித்து உயிருடன் இருப்பதையும். இனி தான் செல்களின் மீது இந்த ஆராய்ச்சியை தொடரப்போவதாகவும் சொல்லி அதற்கு ஒப்புதலும் வாங்கினார் எழில்.

குரங்குக்கு இது நல்ல செய்தி!
ஆம், இதற்க்கு முன் பல நூறு குரங்குகள் (ஆயிரங்களாககூட இருக்கலாம்) இது போன்ற

ஆராய்ச்சியில் இறந்து போயிருக்கின்றன! எழிலுக்கு மட்டும் இது திருப்புமுனை அல்ல, குரங்கினத்திற்கும் தான்!

எழிலின் ஆராய்ச்சிபற்றிய வளர்ச்சிகளை, உயர்மட்ட விஞ்ஞானிகள் உடனடியாக தலைமையின் காதுகளுக்கு கொண்டு சேர்த்தனர். கம்யூனிசம் பிரிவு, ஏற்கனவே, வெளியிட்ட அவர்களது ஆராய்ச்சியின் முன்னேற்றம் பற்றிய தகவல்கள், தங்களுக்கு பெரும் பின்னடைவை ஏற்படுத்தியதாக கருதிய முதலாளித்துவ பிரிவின் தலைவர்கள் சற்றே ஆறுதல் அடைந்தனர். அதுமட்டுமல்ல, எழிலுக்கு முழு ஆதரவையும், ஊக்கத்தையும் வழங்கச்சொல்லி உயர்மட்ட விஞ்ஞானிகளுக்கு உத்தரவிட்டனர்.

அடுத்த நிமிடமே, எழில் மூத்த விஞ்ஞானிகளால் கலந்தாய்வு அறைக்கு அழைக்கப்பட்டார். அனைவரும் எழிலை பாராட்டினார், மேலும் சிறப்பாக செயல்பட ஊக்குவித்தனர். அதில் ஒரு மூத்த விஞ்ஞானி, " வாட்ஸ் நெக்ஸ்ட்?" என எழிலை பார்த்து கேட்டார்.

சில நிமிடம் வாழும் செல்களில் தன் ஆராய்ச்சியை துவங்கப்போவதாக எழில் சொல்ல, "வென் ஆர் யு ஸ்டார்டிங்?" என்று தொடர் கேள்வி கேட்டார் அந்த மூத்த விஞ்ஞானி.
"டுமாரோ" என்றார் எழில்.

"மை பாய், டுடே இஸ் பெட்டெர் தன் எனி டே. ஸ்டார்ட் டுடே" என சொல்லிவிட்டு, எழிலிடம் கைகுலுக்கிவிட்டு சென்றுவிட்டார்.
இப்போது எழில், தன் அடுத்த ஆராய்ச்சியை இன்றே துவங்க வேண்டும்.

இந்த சந்திப்பு முடிந்தவுடன் எழிலுக்கு முதலில் ஞாபகம் வந்தது, இன்று இரவு உணவு சமைப்பதாக பிரியாவுக்கு கொடுத்த வார்த்தைதான்.

எழிலுக்கான அடுத்த ஆராய்ச்சியை துவங்குவதற்கு சில வேதிப்பொருட்களும், கருவிகளும் தேவை, அதை அவரின் கீழ் உள்ள உதவியாளர்கள் தயார் செய்ய இன்னும் மூன்று மணிநேரம் எடுத்துக்கொள்வார்கள்.

அதற்குள்ளாக வீட்டிற்கு சென்று சமைத்துவிடவேண்டும் என முடிவு செய்து, சட்டென வீட்டிற்கு பறந்தார் எழில்.
"என்னக்கு ஹெல்ப் பண்ணு பிச்சு" என சொல்லி, பிச்சுவையும் உடன் அழைத்து சென்றார்.

அன்றளவில், பூவிஈர்ப்பு விசை குறைத்திருந்த காரணத்தினால், மரங்களின் எண்ணிக்கை மிக குறைவாகவே இருந்தது. அதுமட்டுமல்ல, பேரிச்சம்பழம் சம்மந்தமான உணவுகள் தான் பிரதானம், ஏனெனில் பாலைவனங்களும் வறண்ட பூமியும் தான் உலகில் ஏராளம்.

வீட்டிற்கு செல்லும் வழியில், “பிச்சு, பேரிச்சம்பழம் கிரேவி, பேரிச்சம்பழம் ரசம் இந்த ரெசிபி செய்ய என்ன வேணும்?" என கேட்டார் எழில்.
சட்டென "பேரிச்சம்பழம்" என சொல்லி சிரிக்கவும் செய்தது பிச்சு.
"கம் ஆன் பிச்சு. ப்ளீஸ் ஹெல்ப்" என்றார் எழில்.

எழில் சொல்லிமுடிக்கும் முன்னரே பிச்சு சமைக்க தேவையான பொருட்களை தன் வயிறு போன்ற பகுதியில் காட்டியது.

"தேங்க்ஸ்" சொல்லிவிட்டு “காருக்குள் இருந்தவாரே "ஷாப்பிங் ஸ்க்ரீன்" என சொன்னார் எழில், அவர் இருக்கையின் முன்பு ஒரு திரை விரிந்தது. அதில் சமைக்க தேவையான பொருட்களை தேர்வு செய்து " பர்ச்சேஸ் அப்ரூவ்ட்" என்றார். இந்த முறை 800 கார்பன் கிரேடிட்ஸ் உடனே ஊடுகதிர் அவரது விழித்திரையின் மேல் படர்ந்தது, அடுத்த நொடி "டன். ஆர்டர் வில் பி டெலிவெர்ட் இன் 15 மினிட்ஸ்" என்று திரையில் வந்தது.

எழிலும், பிச்சுவும் வீட்டை அடைந்தபோது வாசலிலே சமையலுக்கு தேவையான பொருட்கள் பெட்டியினுள் வைக்கப்பட்டிருந்தது. பிட்சுவின் உதவியுடன் அதை வேகமாய் வீட்டினுள் எடுத்துச்சென்றார் எழில்.

பிச்சு சொல்ல சொல்ல, எழில் சமையல் வேலைகளை செய்து முடித்தார். பிச்சு அதை

அழகாக மேஜையின் மீது பரப்பி வைத்து, பின் எல்லா உணவையும் மூடி வைத்தது. பாத்திரங்கள் அனைத்தும் உணவை அடுத்த எட்டு மணிநேரம் கெட்டுவிடாமல் பார்த்துக்கொள்ளும் வண்ணம் செய்யப்பட்டிருந்தன.

சமையல் வேலை முடிந்ததும், "நாம கிளம்ப நேரம் ஆச்சு பிச்சு. அப் கோர்ஸ், பிரியாவும் மலரும் என்னை மிஸ் பண்ணுவாங்க" என்றார் எழில்.
"அண்ட் யூ?" என பிச்சு கேட்க
"நான் அவங்களை ரொம்ப மிஸ் பண்ணுவேன்" என்று சொல்லி, வேகமாக சமைப்பதற்காக அணிந்துகொண்ட துணியை கலைந்தார் எழில்.

வீட்டை விட்டு வெளியே வரும்போது "டேக் எ மெசேஜ் பார் பிரியா" என்றார்.
"எஸ் ப்ளீஸ்" என்று ஒலி கேட்டது
"பிரியா, பர்த்டே விஷஸ் அகைன். சாரி மா, என்னால டின்னருக்கு வரமுடியாது. மலர்க்கு டோபோ ஈவினிங் வந்திடும், அவளுக்கு புடிக்கும்னு நினைக்கிறன். லவ் யு. மெசேஜ்

ஓவர்" எனசொல்லிவிட்டு எழில் பிச்சுவுடன் ஆராய்ச்சிக்கூடத்திற்கு பறந்தார்.

தொடர்ந்து ஒரு வாரம் வீட்டிற்கு கூட வராமல், ஆராய்ச்சிக்கூடத்திலேயே இருந்து பல சூத்திரசேர்க்கைகளை முயற்சி செய்தார் எழில். மீண்டும் மீண்டும் தோல்வியே கிட்டியது. ஆனாலும் விட முயற்சியோடு, தொடர்ந்து ஆராய்ச்சியில் ஈடுபட்டார் எழில்.

பலன் கிடைத்தது! ஐந்து நிமிடம் மட்டுமே வாழும் உயிரினம் உறைநிலையில் இருந்து பின் ஓராண்டுக்கும் பிறகு உயிர்த்தெழும் சூத்திரச்சேர்க்கையை கண்டுபிடித்தார் எழில். இதன்படி மனிதனை லட்சம் ஆண்டுகளுக்கு பின் கூட உறைநிலையில் வைத்து பின் உயிர்த்தெழ வைக்கமுடியும் என்பது எழிலின் வாதம்.

உயர்மட்ட விஞ்ஞானிகளின் குழு கூட்டப்பட்டது.
எழில் தனது ஆராய்ச்சியின் முடிவுகளை எடுத்துரைத்தார். ஒரு சாரார் அதை

ஏற்றுக்கொண்டனர், மறுசாரார் அது சத்தியம் இல்லை என வாதிட்டனர்.
குழுவுக்கு தலைமை வகிக்கும் ஒரு விஞ்ஞானி " எழில் ஐ அப்ப்ரிசியேட் யுவர் ஒர்க். ஐ வில் ப்ரொபோஸ் திஸ் டு தி டாப் ஆ:ஃபீசியல்ஸ்" என சொல்லிவிட்டு "டிஸ்பர்ஸ்" என கூட்டத்தை கலைத்தார் அந்த தலைமை பெண் விஞ்ஞானி

எழிலின் கண்டுபிடிப்பை கண்டு சக விஞ்ஞானிகள் ஆச்சரியப்பட்டனர், பல விஞ்ஞானிகள் பொறாமையும் கொண்டனர்.

மனிதர்கள் அனுப்பிய விண்கலம் அதிகபட்சமாக GJ504B என்ற, 57 ஒளி வருடங்கள் தூரம் உள்ள, கிரகம் வரை தொட்டிருந்தது. அதுவரை விண்கலங்கள் அனைத்துமே ரோபோக்களால் இயக்கப்பட்டிருந்தன.

இந்த விண்கலங்கள் அனுப்பப்பட்ட நோக்கமே, மற்ற கிரகங்களில் இருந்து ஆற்றலை பூமிக்கு கொண்டுவந்து சேர்ப்பதுதான். பூமியில் வளங்களால் இல்லாதபோதும், மனிதனின்

தேவைகள் சற்றும் குறையவில்லை. அதனால் விண்கலங்கள் மூலம் பல கிரகங்களில் இருந்து ஆற்றலை பூமி எடுத்துவர முயற்சிகள் நடந்தன. சிலவற்றில் வெற்றியும் கிடைத்தது. விண்கலங்கள் பல ஒளி வருடங்கள் சென்று தேடியும், மனிதன் வாழ ஏதுவாக மற்றோரு கிரகம் கிடைக்கவில்லை. பூமி மட்டுமே மனிதன் வாழ தகுதியுடைய கிரகமாக இருந்தது.

உறைநிலை ஆராய்ச்சி வெற்றியை தொடர்ந்து, ஏன் மனிதனை விண்கலத்தில் ஏற்றி வேறு கிரகம் அனுப்பக்கூடாது என்ற கேள்வி எழ ஆரம்பித்தது. மனிதர்களை மற்ற, பல ஒளி வருடங்கள் தூரம் தள்ளி உள்ள, கிரகம் அனுப்பி சாதனை செய்யவேண்டும் என்ற முயற்சியில் பல வருடம் போராடி பல விஞ்ஞானிகள் தோற்றபோதிலும், Dr எழில் தன் கண்டுபிடிப்பால் அது சாத்தியமாக நேர்ந்தது.

எழில், விஞ்ஞானிகள், ஆட்சி செய்யும் அரசியல் அணிகள், ராணுவ அதிகாரிகள் கொண்ட ஒரு குழு, பலகட்ட

பேச்சுவார்த்தைக்கு பிறகு, மனிதனை, சில ஒளி வருடங்கள் தள்ளி இருக்கும் கிரகத்துக்கு விண்கலத்தில் அனுப்ப முடிவு செய்யப்பட்டது.

அப்போது யாரை விண்கலத்தில் அனுப்பலாம் என்ற கேள்வி எழுந்தது. ஒரு நபரை பறித்துரைக்கும்படி ராணுவக்குழுவிடம் ஒரு கோரிக்கை வைக்கப்பட்டது. பரிந்துரைக்கப்பட்ட பெயர் கேப்டன் எல்லா!

கேப்டன் எல்லா

எல்லா, தனது 6 வயதில் பெற்றோர்களை ஒரு விபத்தில் இழந்தவர். தன் ஆறாவது வயதிலேயே அசாத்திய நுண்ணறிவால், IQ (நுண்ணறிவு அளவுகோல்) தேர்வில் 167 மதிப்பெண் எடுத்திருந்தார். அதுவரை, ஆறாம் வயதில் இத்துணை IQ மதிப்பெண் பெற்றவர் வரலாற்றிலேயே இல்லை.

பெற்றோரை இழந்த எல்லாவை அரசு பெருநிறுவனம் தத்தெடுத்து வளர்த்தது, அவர் ராணுவ கல்வியை முறையே கற்றார் பின் ராணுவப்பணியில் தன்னை இணைத்துக்கொண்டார்.

எல்லாவை பரிந்துரைக்க சில காரணிகள் இருந்தன;
ஒருசாரார் அவர் சிறந்த வீரர், சுயமாகவும் தன்னிச்சையாகவும் சிந்திக்க கூடியவர், எந்த சூழலையும் எதிர் கொள்ளக்கூடிய ஆற்றல் உடையவர் என்பதற்காக எல்லாவை பரிந்துரைத்தனர்.

மறுசாரார் அவர் நேர்மையாக தவறுகளை சுட்டிக்காட்டுவதை விரும்பாதவர்கள், அதுமட்டுமில்லாமல் எல்லாவின் வாழ்க்கை ரகசியங்களை தெரிந்தவர்கள் அதனால் எல்லாவை ஒரு அச்சுறுத்தலாகவே பார்த்தார்கள். "எல்லா எல்லானு எல்லாத்துக்கும் எல்லாவயே புகழ்றாங்க, எப்படியாவது எல்லாவை தூக்கிட்டு நாம அந்த இடதுக்கு வந்திடனும்" என மனதுக்குள் பொருமும் பேர் இங்கு பலர். எப்படியேனும் எல்லாவை ராணுவத்தைவிட்டு, பூமியை விட்டு கிளப்பிவிட வேண்டும் என்று, இந்த சந்தர்ப்பத்தை பயன்படுத்திக்கொண்டார்கள்.

எப்படி இருப்பினும், கேப்டன் எல்லா மிக சரியான தேர்வுதான். ஏனெனில் 2057 ஆம் ஆண்டு நடந்த ஏலியன் படையெடுப்பை முறியடித்தவர் இவர் தான். உலகமே இவரை வியந்து பாராட்டியது, இவரது வீரத்தை நன்றியுடன் கொண்டாடியது.

2057 - பனிப்பாறைகள் அதிவேகமாக உருக ஆரம்பித்துவிட்டன! கடல் மட்டம் தொடர்ந்து உயர்ந்தவண்ணம் இருந்தது. சில தீவுகள் உலக

வரைபடத்தில் இல்லாமல் போனது! இயற்கையின் பேரழிவு கண்கூடாகிப்போனது. அமேசான் காடுகளின் பரப்பின் அளவு கூட பாதியாக குறைந்துவிட்டது! இருந்த போதும், கனிம வளங்களை லாப நோக்கத்திற்காக சுரண்டி வந்தனர். வானில் மிதக்கும் தளங்கள் அமைத்து அதில் விவசாயம் செய்யவும் துவங்கிவிட்டனர், அதை ஹைபிரிட் விவசாயம் என சொல்லிக்கொண்டனர்!

அந்த ஆண்டு திடீரென ஒரு நாள், வானின் பல இடங்களிலிருந்து பிரகாசமான ஒளியை பார்க்க முடிந்தது, இரண்டாவது சூரியன் போல்! அது வேறு கிரக வாசிகளின் விண்கலம்! செயற்கைகோள்களின் ரேடார் கண்களில் மண்ணைத்தூவிவிட்டு, பூமியின் மிக அருகில் வந்துவிட்டது.

ஏதொன்றும் புரியாமல் மக்கள் பயத்தில் இருக்க, ராணுவ பிரிவுகளோ ஆயுதங்களை தயார் நிலையில் வைத்திருந்தது. அடுத்த ஆறு மணிநேரத்தில், ஒரு சிறிய ஆளில்லா தட்டுப்போன்ற விண்கலம் ஒரு செய்தியை

கொண்டுவந்தது. "இனி இந்த கிரகம் எங்களுக்கு சொந்தம்" என்ற செய்தியை!! கோபமடைந்த அதிகாரிகள் அந்த சிறிய விண்கலத்தின் மீது குண்டுங்களை போட்டு தகர்த்தனர்!
அடுத்த நொடி துவங்கியது ஏலியன்களுக்கும் மனிதர்களுக்குமான போர்.

OXV என்று பொறிக்கப்பட்ட பல நூறு பெரிய விண்கலங்கள், உலகின் பல்வேறு பகுதிகளில் வானில் வட்டமடித்தபடி நின்றது. ஒவ்வொரு விண்கலமும் கிட்டத்தட்ட சில மைல் தூர நீளம் கொண்டதாக இருந்தது.

திடீரென சிறு சிறு தட்டுகளாக அந்த பெரிய விண்கலத்திலிருந்து வெளியே வந்தது. மக்கள் அதிகம் நடமாடும் பகுதிகளுக்கு வந்தன அந்த தட்டுகள். பதட்டத்துடன் மக்கள் அவற்றை பார்த்தனர். ராணுவம் அந்த தட்டுகளை தாக்கத்துவங்கினர், துப்பாக்கிகளால் சுட்டு பயனில்லை!! மனிதர்களின் மிக அருகினில் இருந்ததால் தட்டுகளின் மீது குண்டுகளையும் போடமுடியவில்லை!

சட்டென ஒரு ஏலியன் தட்டு, ஒரு ராணுவ வீரரை கண்ணிமைக்கும் நேரத்தில் உள்ளிழுத்துக்கொண்டது! சிறு நொடிகள் கழித்து உடல் பிளந்து, எழும்புகள் உடைந்து, உறுப்புக்கள் இல்லாத ஒரு பிணம் வெளியே தூக்கிவீசப்பட்டது!

மக்கள் அலறி அடித்து ஓட ஆரம்பித்தனர்.

அந்த ஏலியன் விண்கலங்கள் தொடர்ந்து பல மனிதர்களை கொன்ற வண்ணம் இருந்தது.

ராணுவ விமானங்கள் மூலம் ஏலியன்களை தாக்க முயற்சி செய்தனர். பலனில்லை! ஆனால், ஒரு முக்கியமான, கவனிக்கத்தக்க விஷயம் நடந்தது. ராணுவ விமானங்கள் சுட்டும், ஏவுகணையை எய்தபின்பும் ஏலியன்கள் விமானத்தை தாக்கவில்லை! மாறாக, குண்டுகளையும், ஏவுகணைகளையும் பொருட்படுத்தாமல் விமானத்தின் அருகில் வந்து சரடு போல் ஒன்றை விமானத்தின் மேல் தூக்கிவீசியது. அந்த சரடு பட்டவுடன், ராணுவ விமானங்கள் செயல் இழந்தன! மொத்த கட்டுப்பாடும் சரடை வைத்திருக்கும் ஏலியன் கைவசம் சென்றுவிட. மெதுவாக விமானத்தை கீழிறக்கி, உள்ளிருக்கும் வீரரை வெளியே

எடுத்து கொன்றது ஏலியன்கள், அதன் பின் அந்த விமானத்தை முற்றிலுமாக நிலைகுலையவைத்தன... வீரர்களை கொல்லும் முன் உறுப்புகளை மறவாமல் எடுத்துக்கொண்டன...!

ராணுவத்தால் யாதொன்றும் செய்ய முடியவில்லை! அவர்கள் வீசிய வெடி குண்டுகளும், ஏவுகணைகளும் துரும்பளவிற்கு கூட ஏலியன்கள் மீது தாக்கத்தை ஏற்படுத்தவில்லை. என்ன செய்வதென்று தெரியாமல், திகைத்து போயிருந்தனர் அரசியல் அணிகளும், ராணுவமும், மக்களும் கூட.

இது ஒரு புறம் இருக்க, தொடர்ந்து, பூமியின் பல இடங்களிலும் ஏலியன்கள் தங்கள் விண்கலத்தில் இருந்தபடியே பல மனிதர்களை கொன்று, பிணத்தை வீசிக்கொண்டிருந்தன!

ராணுவ தளபதிகள் கூடினர், முக்கியமான படை வீரர்களும் மட்டும் அந்த கூட்டத்தில் பங்கேற்றனர். எல்லாவும் அதில் ஒருவர்.

கூட்டத்திற்கு தலைமை வகித்த ஒரு ராணுவ தளபதி கேட்டார் "ஸ்டேட்டஸ் ப்ளீஸ்"

உடனே ஒரு வீரர், "சார், சோ பார் 18,234 பேர் கொல்லப்பட்டிருக்காங்க. போத் பப்ளிக் அண்ட் போர்ஸ் சேர்த்து"

தலைமை தளபதி தொடர்ந்து கேட்டார் "வெப்பன் டெவெலப்மென்ட்? ஏதாவது புது பாம்பஸ் கண்டுபுடிச்சிருக்காங்களா?"

"சார், நத்திங் எட்" என பதில் அளித்தார் அந்த வீரர்.

"சோ, நாம ஒன்னும் பண்ணாம வேடிக்கை பார்க்கபோறமா?" என கோபத்துடனும், ஏமாற்றத்துடனும் சத்தமிட்டார் தலைமை தளபதி.

"ஒன்னு இந்த ஏலியன்களை அழிக்கும் வெப்பேன்ஸ் சீக்கிரமா கண்டுபிடிக்கனும், இல்ல இந்த ஏலியன்கள் பசிக்கு இரையாக வேண்டியதுதான்" சலித்துக்கொண்டே சொன்னார் மற்றோரு ராணுவ தளபதி

எல்லா பேசத்துவங்கினார் "சார், பெர்மிசன் டு ஸ்பீக்" என்றார்.

"க்ராண்டட்" என பதில் வந்தது

"சார், ஏலியன்கள் பசிக்காக மக்களை கொலை செய்யல" என்றார்
மற்ற எல்லோரும் வந்திருக்கும் ஏலியன்கள் மனிதர்களை சாப்பிடும் ஒரு மிருகம் போல என எண்ணியபோது, எல்லா சொன்னதை கேட்டு கூடியிருந்தவர்களுக்கு ஆச்சர்யம்.
சிலர் "நாட் பாசிபிள். எல்லா, யு ஆர் ராங்" எனறனர்.
தலைமை தளபதியோ "ஹவ் கான்பிடென்ட் ஆர் யு?" எல்லாவை பார்த்து கேட்டார்
எல்லா, "சார், மனிதர்கள் உணவாக பயன்படுறாங்க என்றால் உடம்பில் இருக்கும் சதைப்பகுதியும் ஏலியன்கள் சாப்பிட்டிருக்கும். ரத்தம் கூட பெரிய அளவில் சக் செய்யப்படல. அதுனாலதான் சொல்றேன், ஏலியன்கள் மனிதர்களை உணவா பார்க்கவில்லை!"

தலைமை தளபதி தொடர் கேள்வி கேட்டார், "வாட்ஸ் யுவர் தியரி?"
"சார், ஐ திங்க் ஏலியன்களுக்கு நம்ம உடல் பாகங்கள் மட்டும் தான் தேவைப்படுது! மே பி, ஏலியன்கள் கிட்டத்தட்ட மனிதன் போன்ற உடல் அமைப்பு உடையவர்களா இருக்கலாம்! ஏலியன்களுக்கு உடல் உறுப்புக்கள்

பாதிப்படைந்த நேரத்தில், அவர்கள் மாற்று அறுவை சிகிச்சைக்காக நம் கிரகத்தை தேடி வந்திருக்கக்கூடும்"

"நிறைய சைன்ஸ் பிக்சன் படிப்பீங்களா எல்லா?" என கிண்டலாக ஒரு அதிகாரி கேட்டார்.
அதற்கு எல்லா பதில் அளிக்கும் முன், ஒரு பெண் அதிகாரி, "எல்லாவோட பாயிண்ட் ரொம்ப லாஜிக்கலா இருக்கு. அவர் யூகம் சரியா கூட இருக்கலாம்!" என்றார்.

தலைமை தளபதியோ "எல்லா, யனிதிங் மோர்?"
"சார், இதுவரைக்கும் ஏலியன்கள் தாக்குதல் மக்கள் கூட்டமா இருந்த பகுதிகள்ல மட்டும் தான் நடந்திருக்கு. அதனால, மக்கள் கூட்டம் சேராம பார்த்துக்கணும்" என்றார் எல்லா.
தொடர்ந்து பேசினார் எல்லா, "சார், என்கிட்ட ஒரு திட்டம் இருக்கு. ஏற்கனவே நாம ராணுவ ஆராய்ச்சிக்காக பத்திரப்படுத்திய உடல் உறுப்புகளை எல்லாம் ஒரு உள்விளையாட்டு அரங்கத்தில் கூட்டமாக சேர்க்கலாம். என்னோட கெஸ் கரெக்ட்டா இருந்த

ஏலியன்கள் அங்கே வரும்! நாம ஏதேனும் ஒரு ஏலியன் ஷிப்பை சிறைபுடிச்சி, அதை எப்படி கொல்றதுனு ஸ்டடி பண்ணலாம்" என்றார்.

எல்லா சொன்னது தலைமை தளபதிக்கு நல்ல யோசனையாக தோன்றியது, " டைம் வேஸ்ட் பண்ணாம, எல்லா சொன்னதை ட்ரை பண்ணி பாப்போம். டிஸ்பர்ஸ்" என சொல்லிவிட்டு நகர்ந்தார் தளபதி.

அடுத்த கணம் எல்லா சொன்ன திட்டத்தை செயலபடுத்த ராணுவ வீரர்கள் முற்பட்டார்கள். ராணுவத்தின் கட்டுப்பாட்டில் இயங்கும் ஒரு மருத்துவ ஆராய்ச்சி கூடத்தில் இருந்து பல ஆண்டுகளாக பாட்டில்களில் அழுகிவிடாமல் பாதுகாக்கப்பட்டு, பராமரிக்கப்பட்டு வரும் மனிதர்களின் உடல் உறுப்புகள் நூற்றுக்கணக்கில் ஒரு உள்விளையாட்டு அரங்கத்திற்கு கொண்டுவரப்பட்டன. அரங்கத்தின் நடுவில், அவை வைக்கப்பட்டன. ராணுவ வீரர்கள் சில நூறு அடி தொலைவில், ஆயுதங்களுடன் தயார் நிலையில் இருந்தன. எல்லாவும் இருந்தார்.

எல்லா சொன்னதுபோல், ஏலியன் தட்டுகள் சில அந்த அரங்கத்தினுள் வந்தது. அரங்கின் நடுவில் வைக்கப்பட்டிருந்த உறுப்புகளை தனக்குள் இழுத்துக்கொண்டது, ஆனால் அடுத்த நொடியே அந்த உறுப்புகளை வெளியே வீசிவிட்டது. ஏலியன்களுக்கு அவை உயிரற்ற, அவைகளுக்கு உபயோகம் இல்லாத உறுப்புகள் என தெரிந்துவிட்டது.

எல்லா எதிர்பார்க்காத வகையில், ஒரு உயர் அதிகாரி " அட்டாக்" என்று கட்டளையிட்டார். வீரர்கள் சட்டென அந்த தட்டுகளை தாக்க ஆரம்பித்தனர். அது உள்விளையாட்டு அரங்கம் என்பதனால் ஏலியன் தட்டுகளில் எளிதில் வெளியே போக முடியவில்லை.

இருந்தும், துப்பாக்கி குண்டுகள் ஏலியன் தட்டுகள் மீது ஒரு சிறு துளை கூட போடமுடியவில்லை. ஏலியன் தட்டுகள் சுதாரித்து கொண்டன, ஏதோ திட்டத்தோடு தான் மனிதர்கள் அவைகளை அங்கே வரவழைத்திருக்கிறார்கள் என்று. ஏலியன்கள் திருப்பி தாக்கத்துவங்கின, அவைகள் குண்டுகளை பொழியவில்லை ஆனால்

வீரர்களை உள்ளிழுத்து பின் உறுப்புகளற்ற பிணமாய் தூக்கிவீச ஆரம்பித்தன. இதை கண்டதும், வீரர்கள் அங்கிருந்து சிதறி வெளியேற ஆரம்பித்தனர். மனிதர்கள் அஞ்சி ஓடுவதை அறிந்த ஏலியன்கள் அவர்களை துரத்தி பிடிப்பதற்காக அந்த இடத்தை விட்டு வெறியேற முயற்சிசெய்தன.

எல்லா எங்கும் ஒடுவதாய் இல்லை. அவைகளில் ஒரு தட்டையாவது அழித்திடவேண்டும் என்று உறுதியுடன் இருந்தார். அப்போது வேகமாக பறந்து வந்த ஒரு ஏலியன் தட்டு தற்செயலாக, அருகில் பறந்து கொண்டிருந்த மற்றொரு தட்டின் மேல் மோத, அந்த தட்டின் ஒரு பகுதி தரையில் மோத நேர்ந்தது. தரையில் பட்ட தட்டின் அந்த பாகம் மட்டும் சேதமடைந்ததை கவனித்துவிட்டார். சட்டென, ஒரு சின்ன பையில் மண்ணை நிரப்பி, அதை மேல தூக்கிவீசினார் பின் அந்த பையை சுட்டார் எல்லா! பையினுள் இருந்த மண் நாலா திசையிலும் சிதறியது, அரங்கத்தை விட்டு வெளியேறிக்கொண்டிருந்த சில கடைசி தட்டுகள் மீது மண் விழுந்தது, மண் பட்ட

தட்டின் இடமெல்லாம் சேதமடைந்தது!! போரில் வெல்லப்போவது மனிதர்களே என எல்லாவிற்கு புரிந்துவிட்டது.

ஏலியன்களின் பலவீனம் என்னவென்பதை கண்டுபிடித்துவிட்டார் எல்லா..

எல்லா கொடுத்த யோசனை தோல்வியில் முடிந்ததால், மூத்த அதிகாரிகள் எல்லாவின் மீது அதிருப்தியில் இருந்தனர்.
அன்று மாலை கூடிய கூட்டத்தில்;
"எல்லா, உங்க தவறான ஐடியா நம்ம வீரர்கள் ஏழு பேர கொன்னுடுச்சு!"
"இனிமே நீங்க எதுவும் சொல்லாதீங்க, நாங்க சொல்லறதை மட்டும் செய்யுங்க"
"யு லெட் அஸ் டவுன் எல்லா"
என பல பேர் பல கருத்துகளை சொன்னார்கள். அவற்றை பொறுமையோடு கேட்ட எல்லா, பல விமர்சனங்கள் எழுந்து பின் கூட்டம் அமைதியான பிறகு "சார், நான் பேசலாமா?" என கேட்டார்.
தளபதி "எஸ் யு கேன்" என்றார்.

"ஐ அம் சாரி, இன்னைக்கு நாம ஏழு வீரர்களை இழந்துட்டோம்! ஐ பீல் ரெஸ்பான்சிபிள்" என அரம்பித்தார் எல்லா.

"உங்க சாரி இப்போ முக்கியமில்லை, இனிமே நீங்க சாரி கேட்குற நிலை வராம இருந்தா உங்களுக்கும் நல்லது, மத்த எல்லாருக்கும் நல்லது" என்றார் ஒரு உயர் அதிகாரி.

" பட், ஏலியன்களோட பலவீனம் மண்! நான் இன்னிக்கு அதை பார்த்தேன்!" என சத்தமாக சொன்னார் எல்லா.

கூட்டம் ஒரு நொடி திகைத்து பார்த்தது எல்லாவை!

"பிலீஸ் பிரீப்" என்றார் தளபதி.

இன்று தான் பார்த்ததை கூறினார் எல்லா.

அனைவருக்கும் ஆச்சர்யம், பெரும்பாலானோர் எல்லா சொன்னதை நம்பவில்லை. "மண் பட்டு ஏலியன்கள் சாகுமா? நம்புற மாதிரியா இருக்கு?" என எல்லாவின் காது படவே பேசினர்.

"சார், ஐ அம் அபிர்மடிவ். மண்ணை வச்சு ஏலியன்களை நாம் ஜெயிச்சிடலாம்" என்று தளபதியை பார்த்து சொன்னார் எல்லா.

தொடர்ந்து பேசினார் எல்லா, "ராணுவ விமானங்கள் மூலம் ஏலியன் விண்கலங்கள் மீது மண்ணை தூவினால் போதும் அவைகள் திணற ஆரம்பித்துவிடும். அவைகளை அழிப்பதும் சுலபமாகிவிடும்"

ஒரு மூத்த வீரர் குறுக்கிட்டார், "லியூட்டினன்ட் எல்லா, நம்ம கிட்ட இப்போ பிளையிங் கண்டிஷன்ல இருக்குறதே மொத்தம் 44 பயிட்டெர் ஜெட்ஸ் தான். நீங்க சொல்றது பெரிய ரிஸ்க், ஒரு வேளை உங்க தியரி தப்ப இருந்தா நாம எல்லாத்தையும் இழக்க நேரிடும்" என்றார்.

தலைமை தளபதி எல்லாவை பார்த்து சொன்னார்," லியூட்டினன்ட், உங்க பிளான்ல பெரிய ரிஸ்க் இருக்குனு நீங்க உணர்ந்து இருப்பீங்கன்னு நம்புறேன்"
"சார், எஸ். எனக்கு தெரியும், என்னோட பிளான்ல பெரிய ரிஸ்க் இருக்கு, ஐ அட்மிட். ஆனா, ரொம்ப பெரிய எதிரியோடு மோதும் போது பெரிய ரிஸ்க் எடுக்குறது ரொம்ப சின்ன விஷயம்! ஹோப் யு அக்ரீ சார்" என முடித்தார்.

"எல்லா, நீங்க சொல்றது வாதத்துக்கு நல்லாயிருக்கு, ஆனா புள் காண்பிடென்ஸ் இல்லாம ஐ கெநாட் அப்ரூவ்" என தன முடிவை சொன்னார்.

சில நொடி அமைதியாய் இருந்த எல்லா, "சார், நான் தனியா போய் டெஸ்ட் பண்றேன். ஒன்னு ஏலியன்களை மண் சிதைக்கும் இல்லைனா சிதைந்த என் உடல் மண்ணுக்குள்ளே போகும். ரெண்டுக்கும் நான் தயார்" என்றார்.

அரை மனதுடன் ஒப்புதல் தந்தார் தளபதி.

எல்லா ஒரு சிறப்பு ராணுவ அதிகாரி, ஏனெனில் அவர் போர் விமானங்களை இயக்கு பயிற்சியும் பெற்றவர்.

எல்லா தான் பறக்கவிருக்கும் விமானத்தை ஆய்வு செய்தார், பின் விமானத்தின் இருபக்கமும் ஏவுகணைகள் இருப்பதை கண்டார். உடனே, விமான தொழில்நுட்பப்பிரிவில் பணி செய்யும் ஒரு வீரரை அழைத்தார்.

"என்னக்கு இந்த ரெண்டு ஏவுகணையும் வேண்டாம்! ஏவுகணைக்கு உள்ள இருக்கும்

வெடிமருந்தை எடுத்துட்டு வெறும் மண்ணு மட்டும் நிரப்பிவையுங்க" என்றார்.

"எஸ் சார்" என சொன்னார் அந்த நபர்.

"ஏவுகணையில மொத்தம் நாலு மண்மூட்டைகளை அடுக்குங்க, ஒவ்வொரு மூட்டைக்கும் நடுவுல எக்ஸ்ப்ளோசிவ் வெச்சிடுங்க" என்றார் எல்லா.

"எஸ் சார், நீங்க சொன்னபடியே செய்திடுறேன்" என்றார் அந்த நபர்.

"இன் 60 மினிட்ஸ்" என்றாவாறு எல்லா அங்கிருந்து நகர்ந்தார்.

"அவனவன் எப்போ மர்டர் ஆவரோம்னு தெரியாம சுத்திகிட்டு இருக்கான், இந்த ஆள் மண்மூட்டையை வச்சி விளையாடிகிட்டு இருக்கான்!! என்ன உலகம் டா இது" என தனக்கு தானே பேசிக்கொண்டு எல்லா சொன்ன வேலையை வேகமாக செய்து முடித்தார் அந்த தொழில்நுட்பவியலாளர்.

அடுத்த மணி நேரத்தில், எல்லா தான் இயக்கப்போகும் போர் விமானத்தில் ஏற தயாராய் இருந்தார். அந்த நேரத்தில் ராணுவ தளபதியும், மேஜர் ஜெனரலும் அங்கே வந்தார்கள்.

"லியூட்டினன்ட், உங்க முயற்சி வெற்றி அடையனும், அடைந்தே தீரணும்" என்கிறார் மேஜர் ஜெனரல்.
"சார், ஐ வில் கிவ் மை பெஸ்ட்" என்றார் எல்லா.
"லியூட்டினன்ட் எல்லா, மாலை தேநீருக்கு சந்திப்போம். அப்போ உங்க சக்ஸஸ்புல் பிலைட் பத்தி சொல்லுங்க" என சொன்னார் தளபதி.
"சார், ஐ வில்" என சொல்லிவிட்டு ஒரு கம்பீரமான சல்யூட் அடித்தார் எல்லா.
பதிலுக்கு மேஜர் ஜெனரலும், தளபதியும் ஒரே நேரத்தில் சல்யூட் அடித்தார்கள். அதை பெருமிதத்துடன் பார்த்தபின் விமானத்தில் ஏறினார் எல்லா.

விமானம் பறக்க விங்மான் சமிக்ஞை தந்ததும், விமானத்தின் என்ஜின் உந்துதலை கூட்டினார் எல்லா. விமானத்தில் வலது புறம், சில அடிகள் தள்ளி, கூடியிருந்த வீரர்களை பார்த்தார்; அவர்களிடம் ஒரு எதிர்பார்ப்பு இருந்ததையும் அறிந்தார்.

"லெட்ஸ் டூ இட் ஈகிள்" என்றவாறு விமானத்தை மேலெழுப்பினார். ஈகிள் என்பது எல்லா ஓட்டும் விமானத்தின் செல்லப்பெயர்.

ஒலியின் வேகத்தை விட கிட்டத்தட்ட 2.5 மடங்கு வேகத்தில் செல்லக்கூடியதாக இருந்தது எல்லா ஓட்டிய விமானம். புயலாய் பறந்தார் எல்லா.

ஒரேயொரு விமானத்தை வைத்துக்கொண்டு, அந்த பெரிய விண்கலத்தை தாக்குவதென்பது சாத்தியமலை என புரிந்துகொண்ட எல்லா, சிறு சிறு விண்கலங்களை தாக்க முடிவெடுத்தார். ஆனால், சிறு சிறு விண்கலன்களும் 20 அல்லது 30 என்ற எண்ணிக்கையில் கூட்டாகவே இருந்தன! அந்த எண்ணிக்கையில் இருக்கும் தட்டுகளை நெருங்குவதும் ஆபத்தானதுதான். எப்படி ஒன்றோ அல்லது இரண்டு தட்டுகளையோ தன்னை நோக்கி வழவழைப்பது என்று யோசித்தார் எல்லா. ஒரு நல்ல யோசனை கிட்டியது அவருக்கு.

சிறு சிறு ஏலியன் தட்டுகள் கூடியிருந்த இடத்தை ரேடார் மூலம் அறிந்து கொண்டார்,

அதை நோக்கி சென்றார். இவர் செல்வதை, ஏலியன்களும் அவர்களது ரேடாரில் பார்க்க நேரிடும் என்பது எல்லாவுக்கு தெரியும், அவர் எதிர்பார்ப்பதுவும் அதுவே.
இவர் வேகத்தை சற்றே கூட்டி, ஏலியன் தட்டுகளை நோக்கி சென்றார், இரண்டு ஏலியன் தட்டுகள் அவரை நோக்கி வர ஆரம்பித்தன அவர் கணித்தபடி. தனது பாதையை மாற்றினார் எல்லா!
"ஈகிள் காட் தி ஏலியன்ஸ் அட்டென்ஷன். 2 தட்டு என் பின்னாடி வருது" என ராணுவத்தளத்துக்கு செய்தி சொன்னார் எல்லா.
ராணுவத்தளத்தில் தளபதியும் இருந்தார், எல்லாவின் பரிசோதனை என்னவாகும் என்ற ஆர்வத்தோடும், நிச்சயமாக எல்லா வெற்றியுடன் திரும்புவார் என்ற நம்பிக்கையோடும்.
ராணுவத்தளத்தில் இருந்த அனைத்து வீரர்களுக்கும் பதற்றம் தொத்திக்கொண்டது.

ஒரு மூத்த ராணுவ அதிகாரி குறுக்கிட்டு "எல்லா, இப்ப கூட நீங்க நெனைச்சா பாதுகாப்பா தளத்துக்கு வந்திடலாம்." என்றார்.

"சார், இதை ஏலியன்ஸ்களுக்கு சொல்றீங்களா இல்ல எனக்கு சொல்றீங்களா? ஐ திங்க் இப்போ ரிஸ்க் எடுத்திருக்குறது ஏலியன்ஸ் தான்" என சிரித்துக்கொண்டே சொன்னார் எல்லா.

தளத்திலிருந்து எல்லோரும் சிரித்தனர், அந்த மூத்த அதிகாரியுள்பட.

எப்படியும் விமானத்தை ஓட்டுபவனை வெளியெடுக்காமல், ஏலியன்கள் விமானத்தை தாக்காது என்பதை நன்கு அறிந்திருந்தார் எல்லா. அதனால், எந்தபயமும் இல்லாமல் கிழக்கு நோக்கி பறந்து கொண்டிருந்தார், அவர் கிழக்கே சென்றத்துக்கும் ஒரு கரணம் இருந்தது. அந்த திசையில், ஒரு ஆற்றுப்படுகை உண்டு, அங்கே தண்ணீர் மிக சொற்பமாகவே இருக்கும்.

எல்லா ஆற்றுப்படுகையை முதலில் சென்றடைந்தார், பின் எங்கும் நகரவில்லை.

"ஈகிள், தட்டுகள் உங்கள நெருங்கி வந்திடுச்சு. 200 மீட்டர் தூரம் தான்" என செய்தி வந்தது எல்லாவுக்கு.

"எஸ், ராடார்ல பாத்துட்டு இருக்கேன்" என்றார் எல்லா.
அடுத்த 30 நொடிகளில் அந்த இரண்டு ஏலியன் தட்டுகளும் வந்து சேர்ந்தன.
"ஐ ஹோப் யுவர் தியரி இஸ் ப்ரூவ்ட் கரெக்ட்" என சொன்னார் தளபதி.
"சார், மீ டூ" என்கிறார் எல்லா.

ஏலியன்களை நோக்கி சில குண்டுகளை சுட்டார் எல்லா! பயணிருக்காது என தெரிந்திருந்தும். வழக்கம் போல விமானத்தை நோக்கி மெதுவாக வந்தன இரு ஏலியன் தட்டுகளும்.

ஏலியன்கள் சரடை எப்போதும் 10 மீட்டர் இடைவெளியை அடைந்தவுடன் தான் வீச செய்தன, அதனால் ஏலியன் தட்டுகள் தனக்கு மிக அருகில் வரும் வரை காத்திருந்தார் எல்லா. சரியாக 25 மீட்டர் இடைவெளியை கடந்ததும், தன்னிடம் இருந்த இரு ஏவுகணைகளையும் அந்த இரு ஏலியன் தட்டுகளையும் தாக்க செலுத்தினார்! எப்போதும் போல ஏவுகணைதானே என்று, பொருட்படுத்தவில்லை ஏலியன்கள். ஆனால்,

ஏவுகணைகள் வெடித்து நெருப்பை காக்காமல் மண்ணை பாய்ச்சியது தட்டின் முழு பகுதியும் படும் படி.

இரு தட்டுகளும் நிலை தடுமாறியது. தட்டின் மேல்பகுதியில் ஏதோ ஒரு மாற்றம் நடப்பதை கண்டார், இப்போது சுட ஆரம்பித்தார் எல்லா, இரண்டு தட்டுகளும் கட்டுப்பாட்டை இழந்தது போல் தரையில் மோதி விழுந்தது. விழுந்து கிடந்த தட்டுகளை சற்று தொலைவில் இருந்து ஊற்றி நோக்கினார் எல்லா. மண் பட்ட இடமெல்லாம் சிவந்தது, அடுத்த சில நொடிகளில் வெடித்து சிதறியது அந்த தட்டுகள்...!

ஏலியன் தட்டுகளுக்கு என்ன நேர்ந்ததென்ற செய்தியை எல்லா ராணுவ கட்டுப்பாட்டுக்கு தெரியப்படுத்தினார்.
"யு டிட் இட் மை பாய்" என உற்சாகத்துடன் சத்தமிட்டார் தளபதி.

செய்தி உலகம் முழுவதும் பரப்பப்பட்டது. மண் ஒரு பெரும் ஆயுதமாக மாறும் என

எவரொருவரும் எதிர்பார்க்கவில்லை. உலகில் உள்ள அனைத்து படைகளும் ஒன்றிணைந்தன... மண் மூட்டைகள் வெடி பொருட்களாய் மாறின! அடுத்த இரண்டே நாட்களில் 80 விழுக்காடுக்கும் மேல் ஏலியன் பெரும் தட்டுகள் அழிக்கப்பட்டன. கடைசி தட்டை வீழ்த்தும்போது எல்லாவும் உடனிருந்தார். அந்த தட்டை மட்டும் மொத்தமாக மண் கொண்டு அழிந்துவிடாமல், சிறுக சிறுக அழித்தார்கள். காரணம், உள்ளேய இருக்கும் ஏலியினை சிறைபிடித்து, அதனை ஆராய்ச்சிக்குட்படுத்த நினைத்தார்கள். அவர்கள் நினைத்ததுபோலவே, அந்தத்தட்டை முற்றிலும் அழிக்காமல் செயலிழக்கமட்டுமே செய்து, பின் உள்ளே சென்று பார்த்தார்கள்.

மனிதர்களிடமிருந்து எடுக்கப்பட்ட உறுப்புக்கள், ஏராளமாய், சேமிக்கப்பட்டிருந்தது, எல்லா சொன்னது போலவே!
தொடர்ந்து உள்ளே சென்று பார்த்த பொது, பன்றிகள் போல் தோற்றமுடைய ஏலியன்கள் பல உயிரை இழக்கும் தருவாயில் இருந்தன! அவைகளால், ஆக்சிஜனை சுவாசிக்கமுடியவில்லை போலும்!

அப்போது அங்கு வந்த தளபதி, அந்த விண்கலத்தின் பல பகுதிகளில் ஒரு முழு நிலவு போன்ற டிஜிட்டல் படம் இருந்ததை கண்டார், அவை மெல்ல மெல்ல தேய்த்துக்கொண்டே வருவதையும் கண்டார். அவருக்கு ஏதோ சரியில்லை என தோன்றியது.

"ஏன் இந்த நிலவு போன்ற படம் மறைந்துகொண்டே வருது?" என கேட்டார் தளபதி.

எல்லா சொன்னார் "சார், இது நிலவு படம் இல்லை. இந்த விண்கலத்தோட படம், ஒரு வட்டமான வெள்ளை தட்டு. உங்களுக்கு நிலா போல தெரிஞ்சிருக்கு!"

"உடனே இந்த இடத்தை காலி செய்யுங்க. கம் ஆன் குயிக்" என கட்டளையிட்டார் தளபதி.

அடுத்தநிமிடம் தளபதியும், வீரர்கள் அனைவரும் விண்கலத்தை விட்டு வெளியேறினார்.

ஓரிரு நிமிடத்தில், அந்த விண்கலம் தானாகவே அழிய துவங்கியது... சில நொடிகளுக்குள் மோதாமல் உருகி நீர் போல் வடிந்து மண்ணுக்குள் சென்று விட்டது.

வெற்றி!!! ஏலியன்களை அழிக்க மண் மட்டும் போதுமானதாக இருந்தது. மண்ணையும், மண்ணின் மகத்துவத்தையும் மனிதன் மதிக்காமல், மறந்தபோதிலும் மனிதகுலத்தை மாண்டுவிடாமல் மீட்டெடுத்தது மண்.....

எல்லா தளபதியிடம் சொன்னார் "சார், நீங்க தான் எங்களை காப்பாத்தியிருக்கீங்க"
தளபதி பதில் தந்தார், "உலகத்தையே நீ காப்பாத்தியிருக்க. லெட்ஸ் டாக் அபௌட் தட்"
எல்லாவின் பெயர் உலகம் முழுவதும் பேசப்பட்டது, மக்கள் அவரை கொண்டாடினர்.
அடுத்த சில மாதங்களிலேயே, லெட்யூன்டாக இருந்த எல்லா கேப்டன் எல்லாவாக மாறினார்.
தொடர்ந்து ராணுவத்தில் பணியாற்றினார்.

இந்த ஒரு விஷயம் போதாதா எல்லா தான் உயிரை பணயம் வைத்து, பல தடைகளை கடந்து போகவேண்டிய இந்த பயணத்துக்கு சரியான ஆள் என்று.

லவ்

கேப்டன் எல்லாவுக்கு அழைப்பு வந்தது, விஞ்ஞானிகள், ராணுவ உயர் அதிகாரிகள், அரசியல் அதிகாரிகள் ஆகியோர் கொண்ட குழுவிடமிருந்து.

எல்லா அவர் பணியமர்த்தப்பட்ட ராணுவ தளத்திலிருந்து அன்றிரவே கிளம்பினார், அடுத்தநாள் காலை அவருக்கு வந்த அழைப்பில் குறிப்பிட்ட இடத்தில மற்ற யாரும் வரும் முன்னரே எல்லா இருந்தார்.

உள்ளே வரும் போது, முதல் ஆளாக எல்லா இருப்பதை பார்த்த மூத்த ராணுவ அதிகாரி " கேப்டன் எல்லா, ஹவ் ஆர் யு? எப்போ வந்தீங்க?" என்றார். இந்த கேள்வி கேட்கப்படும்போதே குழுவிலிருந்த மற்ற அனைவரும் உள்ளேவந்திருந்தனர்.

"சார், ஐ அம் குட். ஆன் டைமுக்கு வந்தேன்" என்றார் எல்லா.

அங்கு கூடியிருந்த அனைவரின் மண்டையிலும் கூட்டு வைத்தாற்போல் இருந்தது எல்லாவின் பதில். ஏனெனில்

ஒன்றரை நிமிடங்கள் தாமதமாக வந்திருந்தனர் அந்த குழுவினர்.
மூத்த அதிகாரி மற்ற அனைவரையும் பார்த்து சொன்னார் " கேப்டன் எல்லாவோட பதிலே போதும், அவர் எவளோ ஸ்மார்ட்ன்னு உங்க எல்லாருக்கும் தெரிஞ்சிருக்கும்"
அனைவரும் ஆமோதிப்பதுபோல் தலையை ஆட்டினர்.

"கேப்டன் எல்லா, உங்களை இங்க வரவழைச்சத்துக்கு ஒரு முக்கியமான காரணம் இருக்கு" என்றபடி எல்லாவின் பெயர் எழுதப்பட்ட டிஜிட்டல் பயிலை கையில் எடுத்தார் மூத்த அதிகாரி.

"ஓஹ்! நெக்ஸ்ட் வீக் ல ஒரு நாள் லீவு கேட்டிருக்கீங்க. வெல், ஒவ்வொரு வருஷமும் இதே நாளில் லீவு போட்டிருக்கீங்க. எனி ரீசன்?" வினவினார் அதிகாரி
"சார், அது ஏன் பெற்றோர் இறந்த நாள். ஒவ்வொரு வருடமும் அந்த நாளில் அவங்க கல்லறைக்கு பொய் அஞ்சலி செலுத்துவேன்" என பதில் தந்தார் எல்லா.
"லீவு க்ராண்டட்" என சொன்னார் அதிகாரி

"சார், தாங்க் யு" என எல்லா சொல்லி, தொடர்ந்து "சார், இங்க என்னோட டாஸ்க் என்னனு தெரிஞ்சுக்கலாமா?" என்றார்.

"ஐ வில் எக்ஸ்பிலைன்" என்றார் அந்த சமயத்தில் உள்ளே வந்த தளபதி.

"கேப்டன் எல்லா, மற்ற கிரகத்தில் இருந்து ஆற்றலை பூமிக்கு கொண்டுவர ஆராய்ச்சி பல வருடங்களா நடந்துட்டு இருக்குன்னு உங்களுக்கு நல்லாவே தெரிஞ்சிருக்கும். அதுல வெற்றிகளும், தோல்விகளும் சம அளவு. இப்போ இந்த ஆராய்ச்சியை அடுத்த கட்டத்துக்கு எடுத்துட்டு போகவேண்டிய நேரம் வந்திடுச்சு" என்றார் தளபதி

ஆராச்சியில் தான் என்ன செய்யக்கூடும் என்று யோசித்தவாறு, அறையினுள் இருந்தவர்களை நோட்டமிட்டார் எல்லா.

தொடர்ந்து பேசினார் தளபதி "கேப்டன், சமீபத்துல நம்ம விஞ்ஞானிகள் பெர்மாபிரோஸ்ட் ஆராய்ச்சியில் ஒரு திருப்புமுனையை ஏற்படுத்தியிருக்காங்க. உங்களுக்கு அது என்னனு தெரியுமா?" என்றார்.

"சார், என்னக்கு தெரிஞ்சவரை பெர்மாபிரோஸ்ட் ஒரு உயிரை உறையவெச்சு பல மணிநேரம் கிழித்து அதை உயிர்ப்பிக்க வைக்கக்கூடிய அறிவியல் ரீதியான ஆராய்ச்சி. பட், சமீபத்து திருப்புமுனை என்னனு எனக்கு தெரியாது" என்றார் எல்லா.

"இம்ப்ரெஸ்ட், கேப்டன் எல்லா. நீங்க சொன்னது ரொம்ப சரி. இப்போ, நான் உங்களுக்கு என்ன திருப்புமுனைனு சொல்லறேன். நம்ம விஞ்ஞானிகளின் கண்டுபிடிப்பின்படி பல மணிநேரங்கள் இல்ல பல நூறு வருஷங்கள் கூட உறைநிலையில் வைத்திருக்கமுடியும். மனுஷங்களை!" என்றார் தளபதி.

"சார், தட் இஸ் கிரேட். நம்ம விஞ்ஞானிகளுக்கு என்னோட வாழ்த்துக்களை சொல்லிடுங்க. என்னோட டாஸ்க் என்னனு தெரிஞ்சுக்கலாமா?" கேட்டார் எல்லா.

தளபதி சொன்னார், "இத்தனை நாள் வேற்றுகிரக ஆராய்ச்சிக்காக ரோபோக்களை மட்டுமே அனுப்பிய நாம், இப்போ மனிதர்களையும் அனுப்ப முடிவு

செய்திருக்கோம். அப்படி வேறு கிரகம் போகப்போற முதல் மனிதன் நீங்க தான் கேப்டன்"

"சார்! யு வாண்ட் மீ டு ட்ராவல் ஸ்பேஸ்?" என வினவினார் எல்லா.

"எஸ், கேப்டன். நீங்க ஒரு விண்கலத்துல பயணிச்சு பல ஒளிவருடங்கள் தள்ளி இருக்கும் கிரகத்துக்கு போகணும், மனிதகுலத்தோட நன்மைக்காக" என்றார் தளபதி.

எல்லாவுக்கு பெரும் ஆச்சர்யம். தன்னை தேர்ந்தேடுத்திருக்கிறார்கள் என்ற மகிழ்ச்சி ஒரு பக்கம், அதே சமயம் இது பெரும் ஆபத்தான பயணமாக இருக்கக்கூடும் என்ற ஐயம் ஒரு பக்கம்!

யோசித்தபடியே நின்று கொண்டிருந்த எல்லாவை பார்த்து கேட்டார் தளபதி "கேப்டன். என்ன எதுவுமே சொல்லாம இருக்கீங்க? ஆர் யு ஹாப்பி? இல்ல உங்களுக்கு இதில் விருப்பமில்லையா?"

"சார், உங்க ஆர்டெர்ஸ் தான் என்னோட மூவ்ஸ். இந்த மிஸன்ல நிறைய நிச்சயமற்ற

தன்மைகள் இருக்குறத பார்க்குறேன். நிறைய கேள்விகள் இருக்கு!" என்றார் எல்லா.

"கேப்டன், எனக்கு புரியுது. பெர்மபிரோஸ்ட் ஆராய்ச்சி செய்த அந்த விஞ்ஞானியை உங்க கூட பேசச்சொல்றேன், உங்க கேள்விகளுக்கு அவர் பதில் சொல்வார். உங்களுக்கு தெளிவு கிடைச்சதும், உங்க விருப்பத்தோடு நாம இந்த மிஷன் ஸ்டார்ட் பண்ணலாம்" என சொன்னகையோடு எல்லாவை நோக்கி வந்து கைகொடுத்துவிட்டு சென்றார் தளபதி.

அதே அறையில் அமர்ந்து, அங்கிருந்த கணினியில், பெர்மபிரோஸ்ட் பற்றி தரவுகளை திரட்ட ஆரம்பித்தார் எல்லா.
கம்யூனிசம் பிரிவு இந்த பெர்மபிரோஸ்ட் ஆராய்ச்சியில் இருப்பது பற்றியும், அவர்கள் மனிதனை ஒரு மாதம் வரை உறைநிலையில் உயிருடன் வைத்திருக்கக்கூடிய சூத்திரத்தை கண்டுபித்திருப்பது பற்றியும் ஆச்சர்யத்துடன் அறிந்துகொண்டார் எல்லா.

அந்த சமயம் அந்த அறையின் கதவை யோரா தட்டி "மே ஐ கம் இன்?" என சொல்லக்கேட்டார்

எல்லா. திரும்பி பார்த்த எல்லா,"எஸ், ப்ளீஸ்" என அவரை உள்ளே அழைத்தார்.

"சார், ஐ அம் எழில். இங்க விஞ்ஞானியா இருக்கேன்." உள்ளே வந்த எழில் தன்னை அறிமுகம் செய்து கொண்டார். உடன் அவரது ரோபோவும் வந்தது. "இது என்னோட ரோபோ, பிச்சு" என தான் ரோபோவையும் அறிமுகம் செய்துவைத்தார் எழில்

"ஹலோ எழில், ஹாய் பிச்சு. நைஸ் டு மீட் யு" என சொல்லி கை குலுக்கினார் எல்லா.

"சார், உங்கள பத்தி கேள்விப்பட்டிருக்கேன். உங்கள பாதத்துல ரொம்ப பெருமையும், சந்தோஷமும்" என்றார் எழில்.

"எழில், நான் சாதாரண சோல்ஜர் அவ்வளவுதான். எனக்கு பெர்மபிரோஸ்ட் பத்தி நிறைய கேள்விகள் இருக்கு, கேட்கலாமா?" என்றார் எல்லா.

"கண்டிப்பா பதில் சொல்றேன் சார், ஆனா நாம ஒரு காபி பிரேக் எடுத்துக்கிட்டதுக்கப்புறம்" என சிரித்துக்கொண்டே சொன்னார் எழில்.

"சரி நீங்க காபி குடிங்க நான் சார்ஜ் பண்ணிக்கிறேன்" என்றது பிச்சு.

காபி அருந்தும் வேளையில், தன் குடும்பத் தை பற்றி விவரித்தார் எழில். தன் மனைவி, குழந்தையுடன் தான் இருக்கும் புகைப்படங்களை தன் தொடுதிரையில் எல்லாவிடம் மகிழ்ச்சியுடன் காட்டினார் எழில்.

"யு ஹவ் எ ஸ்வீட் பேமிலி" என்றார் எல்லா.

"சார், உங்க பேமிலிய பத்தி சொல்லுங்க உங்களுக்கு ஆட்சேபணையில்லேனா" என்றார் எழில்.

"எழில், என்னோட கதை ரொம்ப சிம்பிள். என்னோட சின்னவயசுலயே அப்பா அம்மா ஒரு விபத்துல இறந்துட்டாங்க. நான் ஒரு மிலிட்டரி ஸ்கூல்ல தான் படிச்சேன், ஒரு சோல்டஜர் ஆனேன். ஆர்மி தான் என்னோட பேமிலி" என முடித்தார் எல்லா.

"சாரி சார்" என வருத்தத்துடன் சொன்னார் எழில்.

"இட்ஸ் ஓகே எழில். இந்த லைப் எனக்கு புடிச்சிருக்கு. வெல், நாம பெர்மபிரோஸ்ட் பத்தி பேசலாமா?" என கேட்டார் எல்லா.

"எஸ் சார், உங்க கேள்விகளை கேளுங்க" என பதில் சொல்ல தயாரானார் எழில்.

"நான் சமீபத்துல கம்யூனிசம் பிரிவு பெர்மபிரோஸ்ட் ஆராய்ச்சியில் ஒரு மாதம்

வரை உறைநிலையில் வைத்திருக்கமுடியும்னு சொல்லியிருக்காங்க. நீங்க எப்படி பல நூறு வருஷங்கள் கழித்து மனிதனை பெர்மபிரோஸ்ட் மூலம் உயிர்ப்பிக்கமுடியும்னு சொல்றீங்க? மனிதர்கள் மேல இந்த ஆராய்ச்சியை நடத்துனீங்களா?" முதல் கேள்வி எல்லாவிடமிருந்து.

"சார், நாங்க குரங்குகள் மீது தான் ஆராய்ச்சியை நடத்தினோம். ஒரு மாதம் வரை குரங்குகளை எங்களால உயிருடன் வைக்க முடிந்தது அதாவது ஒரு மாதம் உறைநிலையில் இருந்த குரங்கை உயிர்ப்பிக்க முடிந்தது" விளக்கினார் எழில்.
தொடர்ந்து பேசினார் எழில், "என்னோட கனவு எப்படியேனும் பல நூறு வருஷங்களாவது மனிதனை உறைநிலையில் வைத்து பின் உயிர்த்தெழ வைக்கவேண்டும் என்பதுதான்".

"பட், இப்போ வரைக்கும் நீங்க ஒரு மாத காலம் அளவுக்கு தானே வெற்றி அடைஞ்சிருக்கீங்க!" தன் சந்தேகத்தை எழுப்பினார் எல்லா.

"சார், உங்க சந்தேகம் நியாயம் தான். குரங்கின் மீது செய்த ஆராய்ச்சியை, நான் மனித டி என் ஏ வுக்கு மிகவும் தொடர்புடைய சின்ன சின்ன செல்கள் மீது செய்ய துவங்கினேன். ஐந்து நிமிடம் மட்டும் வாழும் அந்த செல்களை ஒரு வருடத்திற்கு பின் உயிர்த்தெழவைக்கும் சூத்திரத்தை நான் கண்டுபிடித்தேன். என்னோட தியரி படி, அந்த செல் ஒரு வருடம் தாக்குப்பிடிக்க முடியும்னா, மனிதர்களால் பல நூறு வருஷங்கள் இல்ல ஆயிரம் வருஷங்கள் தாண்டியும் உயிர்த்தெழமுடியும்!"

"ஒரு சயின்டிஸ்ட்டா, எவ்வளவு பெர்ஸன்ட் உங்க தியரி கரெக்ட்ன்னு நம்புறீங்க?" என்றார் எல்லா.

"சார், 99% நம்புறேன்" என சொன்னார் எழில்.

"அப்போ 1% தான் என்னோட ரிஸ்க். நோ ப்ராபளம்" என்றார் எல்லா.

"சார், சயின்டிஸ்ட்ஸ் எப்பவுமே 100% ஒரு விஷயம் நடக்கும்னு சொல்லமாட்டாங்க! சாரி அபௌட் தட்" என சொன்னார் எழில்.

"சரி. நீங்க என் இந்த டெவெலபேமன்ட் பத்தி நியூஸ் தரல?!" என்ற எல்லாவின் கேள்விக்கு, "சார், அரசியல் காரணங்களுக்காக இதை

ரகசியமா வைக்க சொல்லிட்டாங்க மேலிடம்" என பதில் வந்தது எழிலிடமிருந்து.

"கடைசியாய் ஒரு கேள்வி. நான் எப்போ, எப்படி இந்த மிஷனுக்கு தயாராகணும்" எல்லா கேட்டார்.

"சார், விண்வெளி பயணத்துக்குனு சில பயிற்சிகள் இருக்கு அதை மட்டும் செய்தால் போதும். பொதுவா அதை செய்ய மூன்றிலிருந்து நான்கு மாதம் எடுத்துக்கும், ஆனா நீங்க ரொம்ப சீக்கிரம் செய்திடுவீங்கன்னு நம்புறேன்" எழில் முடித்தார்.

"மீண்டும் அதே கேள்வி, ஒரு சயின்டிஸ்ட்டா, நான் சீக்கிரம் அந்த பயிற்சிகளை முடிச்சிடுவேன்னு எவ்வளவு பெர்ஸன்ட் நம்புறீங்க?" என புன்னகையுடன் கேட்டார் எல்லா.

"சார், டாஸ் போட்டு பார்த்திடலாமா!" என எழில் சொல்ல, "ஸ்மார்ட் ஆன்சர். " என சொல்லி சிரித்தார் எல்லா.

எல்லாவும், எழிலும் அறையை விட்டு வெளியே வருகையில், "சார், சொல்லமறந்துட்டேன். எப்போ நீங்க இந்த

பயணம் ஆரம்பிக்கனும்னு அதிகாரிகள் முடிவு பண்ணுவாங்க" எழில் முடித்தார்.

அதன் பின் எல்லாவும் எழிலும் அடிக்கடி சந்திக்க நேர்ந்தது, அவர்களுக்குள் ஒரு நல்ல நட்பு ஏற்பட்டது.
எல்லா தனது விண்வெளி பயணத்துக்கான பயிற்சிகளை எடுக்கத்துவங்கினார்.

2076 களில் விண்வெளி வர்த்தகம் என்பது மிக பிரதானமாக இருந்தது. அதாவது மற்ற கிரகங்களிலிருந்து மூலப்பொருட்களை எடுத்துவருவது, அதை விண்வெளியிலேயே வர்த்தகம் செய்வது, விண்வெளியில் சில உற்பத்திநிலையங்களை நிறுவுவது, விண்வெளி விளம்பரங்கள் போன்ற பல்வேறு நடவடிக்கைகள் இருந்தன. இதற்காக பல மனிதர்கள் விண்வெளி சென்றுவருவதை வழக்கமாக கொண்டிருந்தனர். புதிதாய் செல்பவர்களுக்கு மட்டுமே பயிற்சி அளிக்கப்பட்டது. அப்படி ஒரு பயிற்சி பெரும் குழுவில் எல்லா இருந்தார்.

கீழுள்ள அனைத்து பயிற்சிகளையும் விண்வெளி செல்பவர்கள் யாராயினும் கட்டாயம் எடுத்துக்கொள்ளவேண்டும்;

வாழ்க்கை ஆதரவு அமைப்புகள்

சுற்றுப்பாதை இயக்கவியல்

பேலோட் டெப்லாய்மென்ட்

பூமியின் அவதானிப்புகள்

விண்வெளி உடலியல் மற்றும் மருத்துவம்

கடினம் என மற்றவர் கருதிய பயிற்சிகள் யாவையும், எல்லாவுக்கு சுலபமாய் இருந்தது. பொதுவாக இந்த பயிற்சிகளை வெற்றிகரமாக முடிக்க நான்கு மாதகாலம் ஆகும், ஆனால் எல்லா அறுபது நாட்களில் முடித்தார். பயிற்சி கொடுத்தவர்களை ஆச்சர்யப்படுத்தினார்.

பயிற்சியை முடித்துவிட்டு எழிலை சந்திக்க சென்றார் எல்லா.

பிச்சுவின் தொடுதிரையில் ஏதோ தட்டச்சிட்டு கொண்டிருந்தார் எழில், "ஹலோ எழில்" என எல்லா சொன்னதும், திரும்பி பார்த்த எழிலுக்கு ஆச்சர்யம்.

"கேப்டன். பயிற்சிக்கு போகாம இங்க என்ன பண்றீங்க?" என்றார் எழில்

"எழில், பயிற்சி முடிஞ்சிது" என எல்லா சொல்ல

"கேப்டன், நீங்க பயிற்சியை ஆரம்பிச்சு அறுபதுநாள் தான் ஆகுது அதுக்குள்ள எப்படி!!" என சந்தேகமாக பார்த்தார் எழில்.

தனக்கு தரப்பட்ட பேட்ஜை காட்டினார் எல்லா.

"கேப்டன், நீங்க நெஜமாவே ஸ்பெஷல் தான். 60 நாள்ல யாரும் இந்த ட்ரைனிங்க முடிச்சதா நான் கேள்விப்பட்டதில்லை. சும்மாவா உங்கள இந்த மிஷனுக்கு தேர்ந்தெடுத்திருக்காங்க" என்றார் எழில்.

எல்லா, "எனக்கு ஒரு சந்தேகம், கேட்கலாமா?" என்றார்

"தாராளமா" எழில் கேள்வி என்னவாக இருக்கும் என்ற ஆர்வத்துடன் எல்லாவை பார்த்தார்.

"நீங்க என்னை உறையவைக்கபோறீங்க. அப்படி இருக்கும் போது, நான் எப்படி எனக்கு பயிற்சியின் போது தரப்பட்ட வேலைகளை விண்வெளியில் செய்யமுடியும்?" என கேட்டார் எல்லா.

"கேப்டன், ரொம்ப சரியான எதார்த்தமான கேள்வி. ஆனா, யார் விண்வெளிக்கு

போனாலும் இந்த பயிற்சிகள் கட்டாயம். ப்ரோடோகால்! நாம அதை மீற முடியாது" எழில் முடித்தார்.

"கேப்டன், என் கூட வாங்க" என எழில் அழைக்க, அவரை பின் தொடர்ந்தார் எல்லா. பலத்த பாதுகாப்புடன் இருந்த அந்த அறைக்கு எல்லாவை கூட்டிச்சென்றார் எழில்.

"கேப்டன், இது தான் உங்களை உறைநிலையில் வைக்கப்போகும் பெட்டி இதை நாங்க பிரீஸ் பாட்னு சொல்வோம்" எழில் இந்த அறுபது நாட்களில் தாங்கள் என்ன செய்திருக்கிறோம் என்பதை எல்லாவுக்கு காட்டினார்.

அவரது சக விஞ்ஞானிகளுடன் சேர்ந்து பெர்மாபிரோஸ்ட் சம்மந்தமாக என்னென்ன செய்து முடித்திருக்கிறார் என காண்பித்தார்.

அப்போது எழிலின் கைபேசி "பிரெண்ட் பைசன் காலிங்" என ஒளி எழுப்பியது. பைசன் என்பது அவரின் இயற்பெயர் அல்ல, ஆனால் ஆறடி உயரமும் பெரிய உருவமு கொண்டிருப்பதனால் நண்பர்கள் அவரை பைசன் என்று அழைத்தார்கள்.

"கேப்டன் ஒரு நிமிஷம்" என சொல்லிவிட்டு கைபேசியை எடுத்துக்கொண்டு வெளியே வந்தார் எழில் "ஹலோ" என பேச ஆரம்பித்தார்.

"ஹலோ மச்சி, எனக்கு பொண்ணு பொறந்திருக்காடா" என சந்தோசமான குரல் கேட்டது

"காங்கிராட்ஸ் மச்சி" என்றார் எழில்.

"தேங்க்ஸ் டா" எழிலின் நண்பர் சொல்ல,

"கண்ணோட கலர் என்னடா?" என கேட்டார் எழில். 2076 களில், கண்களின் நிறத்தை மட்டும் கரு உருவான இரண்டே மாதங்களில் பெற்றோர் தங்களின் விருப்பத்திற்கு ஏற்றார்போல் தேர்வுசெய்து கொள்ளலாம்! இன்னும் சில வருடங்களில், உடலின் நிறத்தையும் குழந்தை பிறக்கும் முன் தேர்வுசெய்யபோகிறார்கள் மனிதர்கள்! ஒருவகையில், நிற வேற்றுமைக்கு அது ஒரு முற்றுப்புள்ளி! ஆனால், ஒவ்வொரு நிறமும் இயற்கையின் வரமாக பார்க்கப்பட்டால், நிற வேற்றுமைக்கு இங்கே வேலையில்லை!

"நீலம் டா. அப்புறம் உன் பேப்பர் ரோஸ்ட் ஆராய்ச்சி எப்படி போகுது" என கலாய்த்தார் அந்த நண்பர்.

"டேய் பனியன் போட்ட பைசன், அது பெர்மாபிரோஸ்ட் டா! சரி, நான் வேலையா இருக்கேன், அப்புறம் கூப்பிடுறேன்" என சொல்லிவிட்டு எழில் கட் செய்தார் போனை.

உள்ளே வந்த எழிலிடம் கேட்டார் எல்லா, "ஏதாவது முக்கியமான விஷயமா எழில்?"

"சார், என்னோட பிரெண்ட் பெண் குழந்தை பொறந்திருக்கானு போன் பண்ணினான்" என்றார் எழில்.

"ரொம்ப முக்கியமான பிரெண்டா?" என கேட்டார் எல்லா.

"சார், பிரெண்ட்ஸ்னாலே முக்கியம் தானே..." என்றார் எழில்.

ஒரு புன்னகையுடன், நட்பை மதிக்கும் ஒரு மனிதருடன் பழகுவதை நினைத்து பெருமிதம் கொண்டார் எல்லா.

கேப்டன் எல்லா பயணம் செய்யவேண்டிய தேடி முடிவுசெய்யப்பட்டது. அந்த செய்தி உலகத்திற்கு ஊடகங்கள் வாயிலாக சொல்லப்பட்டது.

பயணத்திற்கு இன்னும் சில வாரங்களே இருந்த நிலையில், ஒரு விண்வெளி

முன்னறிவிப்பு வந்தது. அடுத்த 20 முதல் 50 நாட்கள் வரை எந்த நேரத்திலும் சூரிய புயல் உருவாகக்கூடும் என்று. அப்படியானால், விண்கலத்துக்குள் யாரேனும் ஒருவர் சூழலுக்கு ஏற்றபடி விண்கலத்தில் சில மாற்றங்களை செய்யவேண்டியிருக்கும்.
எல்லா மேற்கொள்ளவிருக்கும் பயணமோ, பிளான்படி, 24 மணிநேரம் மட்டுமே அவர் கண்விழித்து பயணிப்பர், பின் அவர் பிரோஸ்ட் பாட் உள்ளே செல்லவேண்டியிருக்கும்! ஒருவேளை சூரிய புயல் கேப்டன் எல்லா பிரோஸ்ட் பாட் உள்ளே சென்றபின் வந்தால் என செய்வது?! இந்த சூரிய புயல் செய்தி புதியசிக்கலை ஏற்படுத்தியது.

இதற்கு ஒரே வழி, கேப்டன் எல்லா தவிர வேறு ஒருவர் விண்கலத்தில் இருந்தே ஆகவேண்டும். அதிகாரிகள், விஞ்ஞானிகள் மீண்டும் கூடி ஆலோசித்தனர்.
"மீண்டும் ஒரு ராணுவஅதிகாரியை தேர்வு செய்யலாம்" என ஒரு விஞ்ஞானி சொல்ல.
"அவர் விண்வெளி பயிற்சி முடிக்க இன்னும் சில மாதங்கள் வேணும் ஆனா நம்ம கிட்ட இருக்குறது சில நாட்கள் மட்டுமே" என அந்த

யோசனையில் உள்ள பிரச்சனையை விளக்கினார் ஒரு அதிகாரி.

கடைசியில், "எல்லா அல்லாது வேறு ஒரு நபர் செல்லவேண்டியிருப்பதால், விண்வெளி பயிற்சி முடித்த யாரேனும் இந்த பயணத்தில் பங்குகொள்ள முன்வரவேண்டும்" என அந்த குழுவிடமிருந்து ஒரு பொதுவான கோரிக்கை வைக்கப்பட்டது. அந்த சுற்றறிக்கை விண்வெளி பயிற்சிபெற்ற அனைவருக்கும் அனுப்பப்பட்டது.

அதுவும் இன்னும் இரு தினங்களுக்குள், அந்த நபர் முன்வரவேண்டும் என எதிர்பார்த்தனர்.

இந்த பயணத்தில் முடிவென்ன என யாருக்கும் தெரியாததால், ஒருவரும் முன்வரவில்லை!!

இந்த மிஷன் தடைபடுவதை எழிலால் ஏற்கமுடியவில்லை. பல வருட உழைப்பிற்கு பின் இந்த ஒரு தடையை எப்படியேனும் கடந்துவிடவேண்டும் என்று சிந்தித்து கொண்டிருந்தார் எழில். அப்போது பிச்சு எழிலை நோக்கி வந்தது, எழிலின் முகத்தை வருத்தமும், குழப்பமும் ஆக்கிரமித்திருப்பது தெரிந்தது பிச்சுவுக்கு.

"எழில், என்ன பிரச்னை?" என பிச்சு கேட்க, அவரது குழப்பத்திற்கான காரணத்தை விளக்கினார் எழில்.
"கண்டிப்பா அந்த ஒருத்தர் விண்வெளிப்பயிற்சி முடிச்சிருக்கணுமா?" என பிச்சு கேட்டது.
"ஆமா பிச்சு, பயிற்சி முடிச்ச பேட்ஜ் இல்லாம எந்த மனுஷனும் விண்வெளி போகமுடியாது" என குறிப்பிட்டார் எழில்.
"எழில், பயிற்சி இல்லாம மனுஷன் தான போகமுடியாது, ரோபோ போகலாம்ல! என்னை அனுப்பு" என்றது பிச்சு.
திகைத்தே போய்விட்டார் எல்லா. பிட்சுவின் யோசனை மிகச்சரி! மனிதர்கள் இந்த பிரச்சனைக்கு விடை தெரியாமல் இருக்கும்போது ஒரு ரோபோ டக்கென ஒரு தீர்வை சொல்லிவிட்டதை நினைத்து வியந்தார் எழில்.
அதுவும் பிச்சு சொன்ன இந்த யோசனை, அவரின் தாத்தா பிச்சுமணியே வந்து சொன்ன யோசனை என உணர்ந்தார் எழில்.

ரோபோவை எல்லாவுடன் அனுப்பும் திட்டத்தை மூத்த விஞ்ஞானிகளிடம் கொண்டுசென்றார் எழில்.

எழில் திட்டம் பாராட்டப்பட்டது. உடனடியாய், அதற்கான வேலைகளை துவங்கும்படி சொன்னார்கள் உயர் விஞ்ஞானிகளும் அதிகாரிகளும். ஏனெனில், உலக அரங்கில் ஒரு செயலை மார்தட்டி செய்வதாய் சொல்லிவிட்டு பின் ஏதோ ஒரு காரணத்துக்காக (அது நியாயமான காரணமாக இருந்தாலும்) பின்வாங்கினால் நகைப்புக்குள்ளாக வேண்டியிருக்கும் என்பதனால்.

பிச்சுவை எல்லாவுடன் அனுப்ப சில பல மாற்றங்களை மேற்கொள்ள வேண்டியிருந்தது பிச்சுவின் பாகங்களிலும், அதன் மென்பொருளிலும்.

புயலென வேலையை ஆரம்பித்தார் எழில், பிச்சுவுக்கு புது வடிவத்தை தந்தார். பிச்சுவின் அமைப்பில் விண்வெளிப்பயணத்துக்கென்ன பிரத்யேகமாய் சில மாற்றங்களை செய்தார் எழில். மாற்றத்திற்கு பின், பிச்சு முற்றிலுமாய் ஒரு புதிய வடிவத்தில் இருந்தது. அதிநவீன செயற்கை நுண்ணறிவு பதிவுகளை, பிச்சுவிற்கு சிந்திக்கும் ஆற்றல் தரும்,

ப்ரோஸஸரில் பதிவேற்றம் செய்திருந்தார் எழில்.
அதன் பின், பிச்சு பழைய பிச்சு அல்ல. அதன் பேச்சும், செயலும் புதிதாய் இருந்தது. புத்திசாலித்தனம் கூடியும் இருந்தது.

எல்லாம் தயார், பயணத்திற்கு இன்னும் இரண்டே நாட்கள் தான் இருந்தன.
அன்று காலை, எழில், கூர்நோக்கு அறையில் இருந்த எல்லாவை பார்க்கச்சென்றார் உடன் பிச்சுவையும் அழைத்துச்சென்றார்.
"குட் மார்னிங் கேப்டன்" என சொன்னபடி அறையினுள் நுழைந்தார் எழில்.
"ஹாய் எழில். வெரி குட் மார்னிங்" சொன்னவாறு தான் இருக்கையில் இருந்து எழுந்தார் எல்லா.
"மீட் யுவர் கோ ட்ராவலர்" என பிச்சுவை நோக்கி கை காட்டினார் எழில்.
"என்ன, இந்த ரோபோ என்னோடு வரப்போகுதா?" என கேட்டார் எல்லா.
"ஆமா கேப்டன். அடுத்த ஐம்பது நாட்களில் எப்போது வேண்டுமானாலும் சூரிய புயல் உருவாக வாய்ப்பு இருக்கு, நீங்க பிரோஸ்ட்பாட்ல போனதுக்கு அப்புறம் சூரிய

புயல் வந்தா விண்கலத்தை கையாள ஒருத்தர் இருக்கனும். அதனால உங்களோட பிச்சு வரும்" என விளக்கினார் எழில்.

"எஸ், என்கூட ஒருத்தர் வருவாருனு சொன்னாங்க. பட், அது ரோபோவா இருக்கும்னு நான் நினைக்கல!" என பிச்சுவை வியந்து பார்த்தபடி சொன்னார் எல்லா.

இவர்கள் பேசிக்கொண்டிருந்த போது பிச்சு குறுக்கிட்டது.

"எழில், கேன் ஐ சே சம்திங்?" என்றது.

எழிலுக்கு ஒரே ஆச்சர்யமும், வியப்பும்! பிச்சு இது வரை இரு மனிதர்கள் பேசும்போது குறுக்கிட்டதில்லை! இந்த முறை தானே முன்வந்து பிச்சு பேசுவதென்பது தான் எழிலின் வியப்புக்கு காரணம்.

"எஸ், யு கேன்" என சொன்னார் எழில், வியப்பு கொஞ்சமும் குறையாமல்.

"எழில், எனக்கு பிச்சுங்கிற பெயர் புடிக்கல. வேற பெயர் வெச்சிடலாமா?" என ரோபோ கேட்க இப்பொழுது வியப்பு எல்லவையும் தொற்றிக்கொண்டது.

சில நொடிகள் பேசாமல் ரோபோவை பார்த்தபடி நின்றார்கள் எழிலும், எல்லாவும்.

"என்ன எழில், ஏதாவது சொல்லு" என ரோபோ தான் பதிலுக்காக காத்திருப்பதை உணர்த்தியது.

"ஓஹ் எஸ், பெயர் மாத்திடலாம். என்ன மாதிரியான பெயர் வேணும்?" என எல்லா கேட்டார்.

"ஸ்பெஷல் ஆன ஒரு பெயர் வேணும்" என ரோபோ சொன்னது.

"ஒவ்வொருத்தருக்கும், வேறு வேறு விஷயங்கள் ஸ்பெஷல்! இப்போ எனக்கு ஸ்பெஷல்னு தோணுற விஷயம் கேப்டனுக்கு ஸ்பெஷல் இல்லாம இருக்கலாம்!" என எழில் சொல்ல..

"ஓகே, எழில் அண்ட் கேப்டன் உங்களுக்கு ஸ்பெஷல்னு தோணுற விஷயத்தை சொல்லுங்க" எனறது ரோபோ.

இருவரும் சேர்ந்தாற்போல் 'லவ்' என்றனர்.

சொன்னபிறகு இருவருக்கும் ஆச்சர்யம், ரோபோ "வாட் எ கோஇன்சிடென்ஸ்" என்றது.

எழில் கேட்டார், "கேப்டன், உங்களுக்கு என் லவ் ஸ்பெஷல்?"

"என் வாழ்க்கையில் எனக்கு கிடைக்காது போன ஒரு விஷயம் லவ். அதுனாலதான் ஸ்பெஷல். சரி எழில், உனக்கு ஏன் லவ் ஸ்பெஷல்? உனக்கு நிறைய கிடைச்சதுனாலயா?!!" என பதில் கேள்வி கேட்டார் எல்லா.

"கேப்டன், உங்களுக்கு கிடைக்கல. எனக்கு கிடைச்சும், அதை நான் கொண்டாடல!" சின்ன புன்னகையோடு வலியை வெளிப்படுத்தினார் எழில், தனக்குள் "ஐ மிஸ் யு பிரியா, ஐ அம் சாரி" என சொல்லிக்கொண்டார் எழில்.

ரோபோ மீண்டும் குறுக்கிட்டது "லவ். நல்ல பெயர்தான், ஸ்பெஷல் கூட. அந்த பெயர் எனக்கு ஓகே தான்"

எழில் கேப்டனை பார்க்க, "எனக்கும் ஓகே" என்றார் எல்லா.

பிச்சு என்ற பெயரை மாற்ற சற்றே தயங்கினாலும், ரோபோவின் முதல் ஆசையை நிறைவேற்றவேண்டும் என்பதனால் "எனக்கும் ஓகே தான்" என்றார் எழில்.

அடுத்த நொடி, எழிலை நோக்கி தன் இரும்பு கரத்தை நீட்டி "ஐ அம் லவ், வெர்சன் 17.16.1. பயணத்துக்கு நான் ரெடி" என்றது லவ்.

பிரபஞ்சம்

எழில், கேப்டன் எல்லாவை ஓய்வெடுக்கச்சொல்லிவிட்டு, ரோபோவை அழைத்துக்கொண்டு தன் மூத்தவிஞ்ஞானிகளிடம், அதிகாரிகளிடம் ரோபோவை ஒப்படைக்கச்சென்றார் சென்றார்.

ரோபோவை அந்த அவையில், "மீட் லவ்" என அறிமுகப்படுத்தினார் ரோபோவை.

"லவ்? ஏன் அந்த பெயர் வச்சீங்க எழில்?" என ஒரு அதிகாரி கேட்டார்.

"லவ்ங்கிற பெயர், நான் சூஸ் பண்ணல சார். ரோபோவே தேர்வுசெய்தது" என்றார் எழில்.

"சார், இந்த ரோபோவுல நான் அதிநவீன செயற்கை நுண்ணறிவுகளை புகுத்தியிருக்கேன்" தொடர்ந்து சொன்னார் எழில்.

"குட். எழில்" என்றார் ஒரு பெண் அதிகாரி

லவ் சொன்னது அந்த பெண் அதிகாரியை பார்த்து "மேடம், நீங்க ரொம்ப அழகாயிருக்கீங்க" என்று.

அந்த பெண் அதிகாரிக்கு, வெட்கமும் வியப்பும்!

சட்டென்று, "எழில், இந்த ரோபோ வோட நுண்ணறிவு குறியீடுகள் உங்ககிட்ட இருக்குல்ல?" என கேட்டார் ஒரு மூத்த விஞ்ஞானி.

"எஸ் சார், என்கிட்ட தான் இருக்கு" என்றார் எழில்.

"அதை மேலும் மெருகேத்துங்க. எனக்கென்னவோ, இந்த நுண்ணறிவு குறியீடு வரும்காலத்துல பெரும் மாற்றத்தை ஏற்படுத்தும்னு தோணுது" என்றார்.

"கண்டிப்பா சார், நான் அதுல ஒர்க் பண்ணுறேன்" என சொன்னார் எழில். விண்கலம் புறப்பட இன்னும் இருபது நான்கு மணிநேரம் உள்ள நிலையில், கேப்டன் சில உடல் சோதனைகளுக்கு உட்படுத்தப்பட்டார். அதன்பின், ஒரு கண்ணாடி அறையில் தங்கவைக்கப்பட்டார், அவருடன் லவ்வும் இருந்தது.

அந்த நாள் முழுவதும், கேப்டனுடனோ, அல்லது ரோபோவுடனோ யாரும் நேரடி தொடர்புக்குள் வரக்கூடாது என்ற கட்டளை

போடப்பட்டது. நுண் நோய்க்கிருமிகளை கொல்லும் ஒரு புகை போன்ற ரசாயனம் அந்த அறையினுள் செலுத்தப்பட்டது. சில மாத்திரைகள் மட்டும் உணவாக தரப்பட்டன, எல்லாவுக்கு.

இரவு கடந்தது, ஞாயிறு ஒளிர்ந்தது. எல்லா தயாராக இருந்தார், லவ்வும் தான். எல்லா விண்கலப்பயணத்துக்கென தயாரிக்கப்பட்ட உடையை அணிந்து கொண்டார். முன்பே அவர் பயிற்சி எடுத்திருந்த போதும், அந்த உடையை அணிவது அவ்வளவு சுலபமாய் இல்லை.
எல்லா சற்றே சிரமப்படுவதை அறிந்த லவ் கேட்டது, "கேப்டன், இன்னும் பயிற்சி வேணுமா?"
"கம் ஆன் லவ், ஹெல்ப் மீ" என்றார் எல்லா.
லவ்வும் உதவி செய்தது. உடையை அணிந்ததும் ஒரு விண்வெளி வீரராய் தெரிந்தார் எல்லா.

எல்லாவும், லவ்வும் விண்கலத்துக்குள் செல்ல இன்னும் சில மணிநேரங்கள் இருந்தது. அப்போது, மூத்த அதிகாரிகள், விஞ்ஞானிகள்

(அதில் எழிலும் இருந்தார்), எல்லாவை வாழ்த்த சென்றார்கள்.
"கேப்டன், வி ஆர் ப்ரௌட் ஆப் யு" என, கண்ணாடி அறையின் வெளியே இருந்தவாறு, ராணுவ தளபதி சொன்னார்.
"தாங் யு சார்" என்றார் எல்லா.
ஒரு விஞ்ஞானி சொன்னார் "இந்த மாதிரி ஒரு பயணத்தை மேற்கொள்ளப்போகும் முதல் மனிதர், உலகிலேயே நீங்கதான். விஷ் யு தி பெஸ்ட்"
மற்றொரு அதிகாரி "கேப்டன் எல்லா, நீங்க சரித்திரத்துல நீங்காத ஒரு இடம் பிடிக்கப்போறீங்க" என்றார்.
எழில், "கேப்டன், பெஸ்ட் ஆப் லக். பிச்சுவை, சாரி லவ்வை பார்த்துக்கோங்க" என்றார். அவரது ரோபோ அவரை விட்டு பிரிவது, எழிலுக்கு சின்ன வருத்தத்தை ஏற்படுத்தியது. ஆனால், தன் ரோபோவால் தான் இந்த பயணமே சாத்தியமானது என்கிற பெருமை அவரை ஆறுதலடைய செய்தது.

ஆனால் எல்லாவின் யோசனையோ வேறுவிதமாக இருந்தது, இது போன்ற பயணத்தை முதல் மனிதனாய் அவர்

செய்யபோவதைவிட, அவர் பார்க்கும் கடைசி சில மனிதர்களாய் அந்த அறையின் வெளியில் இருந்தவர்கள் தோன்றினார்கள். முடிவென்ன என்பதே தெரியாமல் அவர் செய்யப்போகும் பயணம், அவரை பணயம் வைத்து செல்லப்போகும் பயணம் எல்லாவுக்கு பல கேள்விகளை கண்முன் நிறுத்தியது.

"அவர் திரும்பும் போது, அவரை அடையாளம் காண யாரேனும் இருப்பார்களா?"

"பல வருடங்களுக்கு முன் அவர் சண்டையிட்ட ஏலியன்களை, மீண்டும் அவரது பயணத்தின் போது சந்திக்கநேரிடுமா?"

"உலகம் திரும்பினால், தன்னையும் ஒரு ஏலியன் என்றே நினைப்பார்களோ?"

"மனிதனின் உருவமும், உடல் அமைப்பும் மாறியிருந்தால்?!!"

இதுபோன்று பல கேள்விகளும், சிந்தனைகளும்.

விண்கலத்தினுள் செல்லும் நேரம் வந்தாகிவிட்டது. எல்லா, அவரை பார்க்க வந்தவர்களை பார்த்து கையசைத்துவிட்டு நகர்ந்தார். லவ்வும் அவ்வாறே செய்தது.

பயிற்சியின் போது எல்லா, செயல்முறைகளை நன்கு கற்றிருந்தார் அதனால் அவருக்கு எந்த சந்தேகமோ அல்லது தயக்கமோ இல்லை. விண்கலத்துக்குள் எந்த சந்தேகமும், குழப்பமும் இல்லாமல் சென்றார் அதே சமயம் ஜாக்கிரதையாகவும் இருந்தார்.

எல்லாவை பின்தொடர்ந்து லவ்வும் போனது. எல்லா என செய்கிறார் என்பதை கூர்ந்து கவனித்து. என்ன செய்யவேண்டும், என்ன செய்யக்கூடாது என்பதை ஒரு டிஜிட்டல் கையேட்டில் மூலம் தெரிந்துகொண்டது. லவ், தான் எல்லாவிடமிருந்து கேட்பவையை, உடனடியாக உள்வாங்கிக்கொண்டு அதற்கேற்றார் போல் நடந்தது. செயற்கை நுண்ணறிவு நல்ல பலனை கொடுத்தது.

விண்ணில் பாய தயாராய் இருந்தனர் எல்லாவும், லவ்வும். விக்ரா என பெயரிடப்பட்ட அந்த ராக்கெட், நெருப்பை கக்கியவாறு மேலெழுந்தது. புவியீர்ப்பு குறைவு என்பதனால், எரிபொருளின் தேவை சற்றே குறைவாக இருந்தது.

உலகமே வியந்து பார்த்த ஒரு ஏவுதல் தருணம் அது.

உலகின் புவியீற்பை கடக்கும் வேகம் அடையும்வரை ராக்கெட் சீராக பயணித்தது. புவியீற்பை மீறும் வேகம் அடைந்தவுடன், கிரகத்தின் வட்டப்பாதையை சுற்ற ஆரம்பித்தது விண்கலம்.

ஒளியின் வேகத்தைக்காட்டிலும் பல மடங்கு விண்கலத்தை செலுத்தக்கூடிய ஆற்றல் வாய்ந்த இயந்திரங்கள் இப்போது இயங்க ஆரம்பித்தன. முதலில் 10 விழுக்காடு, பின் 25 விழுக்காடு, பின் 50, கடைசியாய் மொத்தமுமாய் அந்த இயந்திரம் செயல்படியான ஒரு அமைப்பு முறை செய்திருந்தனர் அந்த விண்கலத்தை செய்த பொறியாளர்கள்.

எல்லா தன் கண்முன் இருக்கும் இருட்டை பார்த்தபடியே இருந்தார்.
லவ் கேட்டது "என்ன கேப்டன் யோசிக்கிறீங்க?"
எல்லா சொன்னார், "ஆரம்பமே இருட்டா இருக்கேனு பார்க்குறேன்"

"கவலை படாதீங்க கேப்டன், இருட்டா இருந்தா தான் அழகான நட்சத்திரங்களை பார்க்கமுடியும்" என்று லவ் சொன்ன பதில் எல்லாவுக்கு பிடித்திருந்தது. லவ்வின் சிந்தனையை கண்டு வியந்தார்.

"கேப்டன் எதாவுது பேசுங்க, எவ்வளவு நேரம் தான் சும்மாவே இருப்பீங்க? நீங்க இன்னும் 40 நிமிஷம் தான் என்கூட பேச புடியும், என்ஜின் 25 விழுக்காடு இயங்க ஆரம்பிச்சவுடனே நீங்க பிரோஸ்ட்பாட்க்கு உள்ள போகணும்" என்றது லவ்

"சரிதான். ஓகே, என்ன பேசணும்? என்னை பத்தி சொல்லட்டுமா?" என்றார் எல்லா.

"நோ கேப்டன், உங்க டேட்டா எனக்கு அத்துப்படி. இந்த நிமிஷம் என்ன நினைக்கிறீங்கன்னு சொல்லுங்க" லவ் சொன்னது

"நிமிஷம்னு சொன்னதும் ஞாபகம் வருது. இனி நாம ரெண்டுபேரும் வேற ஒரு நேர மண்டலத்துல பயணிக்கப்போறோம்" என உற்சாகத்தோடு சொன்னார் எல்லா.

"கேப்டன், எனக்கு துல்லியமா நாம நேர மண்டலம் என்னன்னு தெரியும், உலகத்துக்கும் நமக்கும் உள்ள நேர வித்தியாசமும் தெரியும். புதுசா ஏதாவது சொல்லுங்க"" என்றது லவ்.

"உனக்கு தான் எல்லாமே தெரியுது, உன்கிட்ட நான் என்ன புதுசா சொல்லமுடியும்" எல்லா கேள்வி கேட்க.

சரி ஒரு கவிதை சொல்லுங்க" என்றது லவ்
"லவ், ஏன் கவிதை வேணும்னு கேட்குற?" எல்லா வினவினார்
"பிரமிக்கும் படி எந்த ஒரு விஷயத்தை பார்த்தாலும் மனிதர்களுக்கு தானாவே கவிதை பாடும் மனநிலை வந்திடும்னு தெரிஞ்சுகிட்டேன்" தன் தர்க்கத்தை முன்வைத்தது லவ்.
"நான் பிரமிப்புல இருக்குறது உண்மைதான் சரி, உனக்காக கவிதை சொல்ல முயற்சி செய்யறேன்"
ஆரம்பித்தார் எல்லா,

"காரிருளும் என் கண்களுக்கு அழகாய்...
பறவை மேகம் ஏதும் பாராமல்

பயணம் எதை நோக்கி?
மானுடம் எங்கே மறைந்தாய்?
செவ்வாய் புதன் வியாழன்
இவை கழிந்த நாட்கள் அல்ல
கடக்க இருக்கும் கோள்கள்...
பாதம் தேய கால்கள் ஓய
வியர்வை தீரும்வரை
எங்கும் நடந்தேன் பூமியில், பயந்ததில்லை
இன்று வியர்வை இல்லை,
செல்ல வழியும் இல்லை,
இருள் கண்டு பயமில்லை
வியப்புக்கு எல்லை இல்லை

மேகம் இல்லை, ஒளியும் இல்லை
இப்படி பறந்ததும் இல்லை
என் உறக்கத்திலும் இத்துணை கருப்பு கண்டதில்லை
அமைதியை விரும்பியும் வாய்த்ததில்லை
என்னை சுற்றியும் அமைதி இன்று
குழப்பங்கள் கொண்டாடவோ?!

நான் உதைக்க ஏதுவாய் தெரிவதென்ன?
பூமிப்பந்து!
போய் வரும் பாதை தெரியவில்லையெனில்

அது பயணமில்லை
உயிர் தவிர என்னிடம் வேறு பணயமில்லை
பணயம் இல்லாமல் இந்த பயணமும் இல்லை

யாதும் ஊரே யாவரும் கேளிர்
வாக்கியம் இனி எனக்கு தோதல்ல
கணியனார் மன்னிக்கவும்
அண்டமெல்லாம் வீடாய், அந்தியும் கேளிர்
என் வார்த்தைகளை யாரிடம் சொல்ல?

மிதந்தபடி இருந்த பூமிப்பந்து அண்டத்தில் மூழ்கிவிட்டதோ?
பறவைகள், பூச்சிகள், பருவ மழை காட்சிகள்
பச்சிளம் குழந்தையின்,
பொக்கைவாய் சிரிப்புகள்
ஆழத்தை மறைக்கும்,
அமைதியான அலைகள்
நரைமுடி போல்,
அருவி கொண்ட மலை அரசிகள்
இவை யாவும் இனி நான் காண்பேனோ?!
இருளே மூழ்கும்,
இந்த இருட்டில் மறைவேனோ!
பதில் காலத்துக்குத்தான் தெரியுமோ?
அட மறந்துவிட்டேன், காலமே

எனக்கு குழப்பமல்லவா??!
அவசரமாய் ஆசை
மீண்டும் உலகை பார்க்க
உணர்வுகள் உறையாமல்
ஒரு வேளை திரும்பினால்
அங்கே மரமிருக்குமோ,
கடல், காடு, கிளியின் கீச்சு இருக்குமோ"

சில நொடி அமைதிக்கு பின்

"மனிதனிடம் மீதமாய் மனிதம் இருக்குமோ!!"
முடித்தார் எல்லா.

"கேப்டன், உங்க கவிதை ரொம்ப நல்லா இல்லைன்னாலும் சுமாரா இருந்தது" என்று லவ் சொல்ல சிரித்துவிட்டார் எல்லா.
அந்த நிமிடம் இயந்திரம் 25 விழுக்காடு இயங்க தயாராய் இருந்தது, அந்த அறிவிப்பு ஒலிப்பெட்டியின் வாயிலாக பகிரப்பட்டது.

எல்லா பிரோஸ்ட்பாட் உள்ளே செல்ல தயாரானார்.
"லவ், என்னோட டைம் வந்திடுச்சு. கிளம்புறேன், ஏதாவது கேள்வி இருக்கா?" தன்

உடைகளை கலைந்தபடி, லவ்வை பார்த்து கேட்டார் எல்லா.

"நோ குவசியன்ஸ். ஆனா ஒரு கமன்ட் இருக்கு" லவ் சொன்னது

"என்ன லவ்?" என எல்லா கேட்க, "நான் பொய் சொன்னேன் கேப்டன். உங்க கவிதை நல்லாவே இருந்துச்சு" என பதில் சொன்னது லவ்.

ரோபோ பொய் சொல்லுமா, என்கிற வியப்பும் மிரட்சியுமாய் கலந்த பார்வை பார்த்தார் எல்லா. அவரது குழப்பங்கள் இன்னும் கூடின.

பிரோஸ்ட்பாடை அடைந்தார் எல்லா. பிரத்யேகமாக செய்யப்பட்ட ஒரு உடையினுள் புகுந்தார், பின் பாட்டுக்குள் சென்றார். லவ்வும் உடன் இருந்தது.

"லவ்வை பார்த்து கை அசைத்தார்" எல்லா.

"டோன்ட் வொரி கேப்டன். நான் இருக்கேன்" என லவ் சொன்ன சில நொடிகளிலேயே எல்லா உறக்கத்திற்கு சென்றார்.

லவ் விண்கலத்தை இயக்கும் அறைக்கு சென்றது.

"கேப்டன் எல்லா கண் விழிக்கும் வரை, இனி நான் தான் விண்கலத்தை இயக்கப்போறேன். அப்போ, நான் தான் இந்த விண்கலத்தோட கேப்டன்!" என சொல்லிக்கொண்டது லவ்.

இயந்திரங்கள் 50 விழுக்காடு ஆற்றலுடன் இயங்க ஆரம்பித்தன. விண்கலம் கூடுதல் வேகத்தில் செல்ல ஆரம்பித்தது, கேப்டன் இருக்கையில் அமர்ந்திருந்த லவ் விண்கலம் சற்றே அதிர்வதை நன்கு உணர்ந்தது. அதிர்வு தணிப்பான்களை செயலுக்கு கொண்டுவந்தது, ஏனெனில், பிரோஸ்ட்போட் ஒரு குறிப்பிட்ட அளவு அதிர்வுக்கு மேல் செயல் இழந்துவிடும்! கவனமாய் இருந்தது லவ்.

கடைசியாய் விண்கலம் அதிவேகமாய் செல்ல துவங்கியது! எந்தவொரு மனிதரும் பயணிக்காத, பயணிக்க நினைத்துக்கூட பார்க்கமுடியாத வேகத்தில் எல்லா உறைந்தபடியே பயணித்துக்கொண்டிருந்தார். லவ்வும் தான்.

சில மணிகளில் லவ்வின் கேமராவில் ஏதோ ஒரு நகரும் பொருள் தென்பட்டது. அது

விண்கலத்தை நோக்கி வருவதையும் அது அறிந்திருந்தது.
சுற்றி சுற்றி வரும் அந்த பொருளை ஜூம் செய்து பார்த்தது லவ். அது ஒரு உடைந்த பாகம் 'llo 13' என அதில் எழுதியிருந்தது.
இது என்னவாக இருக்கும் என தரவுத்தளத்தில் தேடிப்பார்த்து. முன்னொரு காலத்தில், நிலவை ஆராய்ச்சி செய்ய அமெரிக்கா எனும் நாடு அனுப்பிய ஒரு விண்கலம் தான் இது என்பது தெரியவந்தது.
லவ் எல்லாவற்றையும் ரசித்து கொண்டிருந்தது. மனிதர்கள் இதை பார்க்க முடியவில்லையே என ஆதங்கப்பட்டது...

லவ்வின் கேமராவில் விழும் அனைத்து காட்சிகளும், பூமியில் இருக்கும் கணினிக்கு பகிரப்பட்டது.

வோ சி

கேப்டன் எல்லா பிரோஸ்ட்பாடினுள் சென்றவுடன் லவ் தான் விண்கலத்தை இயக்கும் புதிய கேப்டனாக இருந்தது. தனக்கு கொடுக்கப்பட்ட அறிவுறுத்தலின் படியே நடந்தது. சில நேரம் கழிந்து, லவ்வும் அண்டத்தை ரசிக்க ஆரம்பித்தது.

பல நாட்கள் கடந்தன. ராட்சத கற்கள், பல வண்ணக்கோள்கள் என எத்தனையோ ஆச்சர்யமான விஷயங்களை அனாயாசமாய் கடந்து சென்றது லவ். அண்டம் பற்றிய அனைத்து தகவல்களையும் சேமித்துவைத்தது லவ், அவற்றை பூமியில் இது சம்மந்தப்பட்ட தகவல்களை பெற தயாராய் இருந்த அதிர்வெண்ணுக்கு அனுப்பியவாறு இருந்தது. மனிதர்களின் வரலாற்றை தன்னுடைய தரவுத்தளத்திலிருந்து கற்றுக்கொண்டது லவ். மனிதர்கள் கொடூரமான காரியங்களையும் செய்திருக்கிறார்கள் என்பதை அறிந்து கொண்டது.

OJ287 எனும் கருந்துளை ஒன்றை இன்னும் சில மாதங்களில் விண்கலம் கடக்க நேரிடும், அப்போது மிகவும் கவனமாய் இருப்பது அவசியம் என லவ்வின் செயற்கை மூலையில், பதிவேற்றம் செய்யப்பட்டிருந்தது. ஆனால் லவ்வுக்கு ஒரு சந்தேகம், இந்த பயணத்தில் OJ287 ஒன்று மட்டும் தான் பிரச்சனையாக வருமா? அல்லது வேறேதும் புரியாத, பெரிய பிரச்சனைகள் எதிர்பாராத வேளையில் வருமோ என!

அடிக்கடி கேப்டன் எல்லா சொன்ன கவிதையை சொல்லிப்பார்த்துக்கொண்டது லவ். தீடீரென லவ்வுக்கு ஒரு யோசனை, 'தானே கவிதை சொன்னால் என்ன?' என்று. தன்னை சுற்றி பார்த்தவண்ணம் இருந்தது லவ், "இப்போ நான் கவிதை சொல்றேன்..." என ஆரம்பித்தவுடன் விண்கலம் குலுங்க ஆரம்பித்தது!

ஏதோ சரியில்லை என லவ்வுக்கு தெரிந்தது. பணியகம் இருந்த இடத்திற்கு சென்றது லவ். விண்கலத்தின் கீழ், பல ராட்சத கற்கள் விண்கலத்தை நோக்கி வருவதை காட்டியது.

இன்னும் சில நிமிடங்களில், அந்த கற்கள் விண்கலத்தை தாக்கும் என கணக்கப்பட்டிருந்தது.

லவ் உடனடியாக, பூமியின் அதிர்வெண்ணுக்கு தொடர்பு கொண்டது, "எமெர்ஜன்சி, ஆபத்து...ஆபத்து.." என சொன்னது.
பதில் ஏதும் வந்ததாய் தெரியவில்லை!
லவ் இன்னும் சில நிமிடங்களுக்குள் ஏதேனும் செய்யவில்லையெனில், விண்கலத்தோடு கேப்டன் எல்லாவையும் இழக்க நேரிடும்!
விண்கலத்து கணினியோ, தப்பிக்க இருக்கு வாய்ப்பு 3 விழுக்காடு தான் என சொன்னது!
லவ் அதைப்பற்றி கண்டுகொள்ளாமல், இந்த ராட்சத விண்கற்கள் மீது மோதாமல் தப்பிக்க சாத்தியக்கூறு இருக்கிறதா என யோசித்தது.
உடனே பிரோஸ்ட்பாடை சுற்றி அதிர்வு தணிப்பான்களை கூடியது லவ். விண்கலம் கடுமையான அதிர்வுக்கு உள்ளாக நேரிடும் என கணித்தது லவ்.

லவ், பின் நேராக விண்கலத்தை இயக்கும் இருக்கைக்கு சென்றது
"மே டே மே டே" என பதிவு செய்தது.

ராட்சத கற்கள் சில மைல் தூரமே தள்ளி இருக்கிறது. அதன் உருவளவு, எடை, வேகத்தை கணக்கிடும்போது, அவற்றின் சிறு முனை விண்கலத்தில் பட்டால் கூட, விண்கலம் சிதறிவிடும்!

லவ் இருக்கும் விண்கலத்தின் அதிர்வெண்ணை வேறு யாரும் தொடர்பு கொள்ளமுடியாத வண்ணம், செய்திருந்தனர். அதனால், அருகில் வேறு ஏதேனும் விண்கலம் இருந்தால் அதற்கு செய்தி அனுப்பவோ, உதவி கேட்கவேண்டுமானாலோ விண்கலத்தின் அதிர்வெண்ணை யார் வேண்டுமானாலும் தொடர்புகொள்ளும் வண்ணம் மாற்றியமைக்க வேண்டும். இது லவ் வுக்கு பகிரப்பட்ட விதிமுறைக்கு புறம்பானது, ஏனெனில் இந்த விண்கலம் பற்றிய ரகசியம் வேறு யார்க்கும் தெரியாமல் இருக்கவேண்டும் என விஞ்ஞானிகளும், அதிகாரிகளும் கருதியிருந்தனர்.

இப்போது லவ் வுக்கு வேறு வழி இல்லை, கேப்டனையும் விண்கலத்தையும் காப்பாற்றியாக வேண்டும், அதனால் அந்த

அதிர்வெண் வகையில் மாற்றம் செய்ய முடிவெடுத்தது. ஒரு சில நொடிகளில் மாற்றங்களை செய்தது, நேரே பணியகம் சென்றது "மே டே. மே டே.. பெரிய ராட்சத கற்கள் எங்க விண்கலத்தை நோக்கி வந்துகிட்டு இருக்கு. விண்கலத்துல ஒரு மனிதர் இருக்கார், அவரை காப்பாற்றணும். உதவி பண்ணுங்க." என செய்தி அனுப்பியது லவ்.

அடுத்த நொடி ஏதோ புரியாத மொழியில் ஒரு பதில் கிடைத்தது.

லவ் அதை புரிந்துகொள்ள முயற்சித்தபோது, விண்கலத்தின் அதிர்வு மிக அதிகமானது. ஒரு கட்டத்தில் லவ் நின்ற இடத்தில் இருந்து தூக்கி வீசப்பட்டது, லவ் செயல் இழந்தது! பூமியில் இருக்கும் சூப்பர் கம்ப்யூட்டருக்கு தொடர்பு கொள்ளும் படியாக செய்யப்பட்டிருந்த அமைப்பு சேதமானது. இனி லவ் மீண்டு வந்தாலும், பூமிக்கு தொடர்பு கொள்ள முடியாது.

அதிர்ஷ்டவசமாக எல்லா இருந்த பிரோஸ்ட்பாட் அதிக அதிர்வுக்கு

உள்ளாகவில்லை, லவ்வின் செயலுக்கு கிடைத்த வெற்றி.

ராட்சத கற்களோ விண்கலத்தை நெருங்கிவிட்டது. இன்னும் சில நொடிகளில் விண்கலம் நொறுங்கிப்போகும் வாய்ப்பு இருந்தது.
அந்த வேளையில், ஏதோ ஒரு விசை விண்கலத்தை அந்த இடத்திலிருந்து மின்னல் வேகத்தில் கடத்தியது!

ராட்சத கற்கள் கடக்கும் போது, விண்கலம் அங்கே இல்லை.
இனி ராட்சத கற்களால், விண்கலத்து ஆபத்தும் இல்லை.
கட்டுப்பாட்டினுள் வந்தது விண்கலம். ஆனால், லவ்வின் கட்டுபாட்டிலோ, எல்லாவின் கட்டுபாட்டிலோ அல்ல!

விண்கலம் இயங்கும் விதம்; முற்றிலும் வேறு யாரோ கட்டுப்படுத்துவது போல் இருந்தது.. ஒரு சூழல் வளையம் போல் இருந்த ஒரு பாதையை நோக்கி சென்றது விண்கலம். அந்த சூழல் வளையம் குறுகிப்போய் பின் விரிவது

போல் இருந்தது. மிதப்பதை போல, விண்கலம் அந்த சூழல்களை தாண்டி வந்தது. பல வண்ணங்களில் அண்டத்தையே ஆக்கிரமித்த தட்டுகள் தோன்றின. விண்கலம் மெல்ல, மெல்ல ஒவ்வொரு தட்டாய் கடந்து சென்றது.

ஒவ்வொரு தட்டையும் கடக்கும்போது விண்கலம் எதன்மீதோ மோதியதுபோல் அதிர்ந்தது, ஆனால் எந்த சேதமும் விண்கலத்துக்கு ஏற்படவில்லை. உள்ளே இருந்த லவ்வுக்கும், எல்லாவுக்கும் தான்.
கடைசியாய் சீரான பாதையில் விண்கலம் சில காலம் சென்று, ஒரு கிரகத்தை அடைந்தது.
எல்லா, ஒரு மெத்தை போன்ற இடத்தில் தன் கண்களை மெல்ல திறக்க முயற்சி செய்து கொண்டிருந்தார். அவர் கண்கள் கூடுதல் வெளிச்சத்தை தாங்கமுடியாமல் திணறியது. கை கால்கள் மெல்ல மெல்ல அசையத்துவங்கின.

அடுத்த சில நொடிகளில் விழித்துக்கொண்டார் எல்லா.

பிரோஸ்ட்பாடினுள் தான் இல்லையென்பதை அறிந்துகொண்டார்! அவருக்கு தோன்றிய முதல் வார்த்தை 'விடுதலை'!
தன் மீது ஒரு துணி போர்த்தப்பட்டிருப்பதும், அவர் ஒரு குளிரான அறையில் இருப்பதையும் உணர்ந்தார்.
இருந்தபோதும் அவருக்கு தான் எங்கு இருக்கிறார் என்ற விபரம் தெரியவில்லை. ஒருவேளை பூமிக்கே திரும்பி வந்துவிட்டாரா, என்பதுபோல் கூட யோசித்தார்!

உடல் அசதியை தாண்டி, எல்லாவின் கண்கள் சுற்றிலும் உள்ளதை நோட்டமிட்டது!!
கடைசியாய் அவர் பிரோஸ்ட்பாடுக்குள் சென்றது மட்டுமே நினைவில் இருந்தது. அது தாண்டி வேறெதுவும் அவருக்கு நினைவில் இல்லை. அதே நேரம், தன்னுடன் வந்த ரோபோ லவ் என்ன ஆனது என்ற கேள்வியும் எழுந்தது.
"அட, லவ் எங்கே?" என தனக்கு தானே கேட்டுக்கொண்டார் எல்லா.
அவர் இருந்த வெள்ளை அறையின் ஒரு ஓரத்தில் இருந்து கண்ணை கூசுவது போல் ஒரு ஒளி. கண்களை நன்கு தேய்த்து பார்த்தார்

எல்லா. அது லவ், செயலிழந்தபடி கீழே கிடந்தது.
உடனே எழுந்தார் எல்லா, அடுத்த அடி வைக்கும் போது ஏதோ தான் புதிதாய் நடப்பதுபோல் உணர்ந்தார். ஏதோ கயிற்றின் மீது நடப்பது போல, இரு கைகளையும் உயர்த்தி உடலை சமநிலை படுத்தி நடக்க முயற்சித்தார். நடந்து பழகும் குழந்தை போல் இருந்தது, அவர் எடுத்துவைத்த ஒவ்வொரு அடியும்.

லவ்விடம் சென்றார், "லவ் என்ன ஆச்சு?" என கேட்டார்.
செயலிழந்த ரோபோ எப்படி பேசும்?!
லவ்வை இரண்டு முறை தட்டிப்பார்த்தார். லவ்விடம் இருந்து பதில் இல்லை.
மெல்ல லவ்வின் உடலை, அதாவது உடல் போன்ற பாகத்தை, திறக்க முற்பட்டார் எல்லா. அப்போது, லவ்வின் உடலின் ஓரமாய் ஒரு சின்ன சரடு போன்ற கம்பி வளைந்து இருப்பதை கண்டார், அதை நேராக்கினார். இப்போது சில ஒளி வந்து வந்து போனது, லவ்வின் உடலில். உடனடியாக லவ்வின் உடலை திறந்து "சிஸ்டம் ரீசெட்" என்ற

பொத்தானை அழுத்தினார். அடுத்த சில நொடிகளில், ரோபோ எழுந்து நின்றது.
எல்லாவுக்கு குழப்பம், அது லவ்வாகவே இருக்கிறதா, இல்லை ரீசெட் செய்ததனால் பழைய ஞாபகங்களை மறந்திருக்குமோ என்று!

கர கர வென சத்தம் வந்தது லவ்வின் தலை பகுதியிலிருந்து.
லவ்வை பார்த்தபடியே இருந்தார் எல்லா.
"ஹலோ கேப்டன்" என்றது லவ்.
"யு ஆர் பாக்" என லவ்வை அணைத்துக்கொண்டார் எல்லா. ஆனால் லவ்வின் தலை பகுதியில் இருந்த காட்சித்திரையும் செயல் இழந்து போனது.
கேப்டன் பிரோஸ்ட்பாடினுள் சென்ற பிறகு நடந்தவற்றை விவரித்தது லவ், அது தூக்கிவீசப்பட்டு பூமியின் தொடர்பு துண்டித்துப்போனது வரை.
"நாம பூமிக்கே வந்துட்டோமா?"லவ் வை பார்த்து கேட்டார் எல்லா.
"இல்லை கேப்டன். நம்ம இருக்குற இடத்தோட புவியீர்ப்பு விசை வித்யாசமா இருக்கு. இது பூமியா இருக்க வாய்ப்பில்லை" என தன் நிலைப்பாட்டை சொன்னது லவ்.

"ஆனா, என்னால சுவாசிக்க முடியுதே!" என குழப்பத்துடன் சொன்னார் எல்லா.

இவர்கள் பேசிக்கொண்டிருந்த வேளையில், ஏதோ டக் டக் என சத்தம் கேட்டது.
யாரோ எல்லாவை நோக்கி வருவது போல் இருந்தது. சத்தம் திடீரென நின்றுவிட்டது. வெள்ளையாய் தெரிந்த சுவர் சட்டென நீலமாய் மாறியது. ஒரு இருக்கை எல்லாவை நோக்கி நடந்து வந்தது, "உட்காருங்க" என்ற ஒலி வந்தது.
ஒன்றும் புரியவில்லை எல்லாவுக்கு, ஆனால் சில மனிதர்கள் தன்னை சுற்றி எங்கோ இருக்கிறார்கள் என்ற நம்பிக்கையுடன் அமர்ந்தார் எல்லா. அதுதவிர அவருக்கு வேறு வழியும் ஏது?
லவ்வும் உடன் சென்றது.
எல்லாவின் காதோரமாய், "கேப்டன், நம்ம கூட யாரோ இருக்காங்க. ஆனா, அவங்களை நம்மளால பாக்கமுடியலைனு நினைக்கிறன்" என்றது தெர்மல் ஸ்கேனிங் செய்து பார்த்த லவ். அவருக்கும் அந்த உணர்வு இருந்தது.
ஏதுவாய் இருப்பினும் பார்த்துவிடலாம் என முடிவெடுத்தார் எல்லா.

இருக்கை நேராக ஒரு அறைக்கு சென்றது. அறையே மைதானம் போல் பெரிதாய் இருந்தது!

"வாங்க" என்ற ஒலி எல்லாவின் எதிர்புறம் இருந்து வந்தது, ஆனால் ஒலி வரும் திசையில் யாரும் இல்லை.

"யாருங்க? நீங்க எங்க இருக்கீங்கன்னு எனக்கு தெரியல" என்றார் எல்லா.

"உன் முன்னாடிதான் இருக்கேன்" என ஒலி வந்த பிறகு. ஒரு உருவம் தெரிய ஆரம்பித்தது சுமார் 7 அடி உயரம், மனிதர் போல தோற்றம் அளித்த ஒருவர் இருந்தார்"

பிரமிப்பாய் பார்த்தபடியே கேட்டார் எல்லா, "இப்போ நான் உலகத்தில் இருக்கேனா? நீங்க எந்த பிரிவு முதலாளித்துவமா இல்லை கம்யூனிசமா?"

சிரித்தார் அந்த ஏழு அடி உயரமிருந்தவர், "இது உலகமுமில்லை, இங்கே பிரிவுகளும் இல்லை"

" என்ன? இது உலகம் இல்லையா?!. இது என்ன இடம்னு சொல்லுங்க?" என பதில் கேள்வி கேட்டார் எல்லா.

"இது எங்கள் கிரகம். இந்த கிரகம் வந்த முதல் மனிதன் நீ. எங்கள் விருந்தினராய், இந்த கிரகத்துக்கு உன்னை வரவேற்கிறேன்" என்றார் அந்த கிரகவாசி.

"நீங்க தமிழ் பேசுறீங்க! எப்படி உங்களுக்கு எங்கள் மொழி தெரியும்?" என்ன நடக்கிறதென புரியாமல் கேட்டார் எல்லா, மனதிற்குள் தன் முன் நிற்பது ஒரு ஏலியனாக இருக்குமோ என்ற சந்தேகம் வேறு...

"எனக்கு உலக மொழிகள் பல தெரியும். அப்புறம் நான் ஏலியன் இல்லை, நீங்க தான் எங்க கிரகத்துக்கு ஏலியன்" என பதில் சொன்னார் அந்த கிரகவாசி.

"அப்படியா?!!" ஆச்சர்யத்தோடு சுற்றி பார்த்தார் எல்லா. இரண்டு நொடியில், அவருக்கு பேரதிர்ச்சியானது!! ஏனெனில் தன் முன் நிற்பது ஏலியன் என மனதிற்குள் நினைத்ததற்கும் பதில் வந்தாகிவிட்டது.! இது எப்படி சாத்தியம் என திகைத்தவாறு நின்றார் எல்லா.

"இங்க சாத்தியம். இங்க இருக்குற எல்லோருக்கும் மனதின்/மூளையின் எண்ணங்களை உணரமுடியும். யாரும்

வாயசைத்து பேசமாட்டார்கள்." என மீண்டும் பதில் அளித்தார் அந்த நபர்.
"சார், என்ன நடக்குது? ஒன்னும் புரியல" என அலுத்துக்கொண்டார் எல்லா.

"நாம நிறைய பேசுவோம். முதல்ல, இங்க இருக்கும் என் உதவியாளர்களை அனுப்பி விடுகிறேன்" என்றார் அவர்.
'இங்கே யாருமே இல்லையே!" என எல்லா சொன்னதும்.
எல்லாவின் இருபுறமும் ஒரு பார்வை பார்த்தார் அந்த கிரகவாசி
தன் இருபக்கத்திலும் மெல்ல சில உருவங்கள் தெரிய ஆரம்பித்தது, எல்லாவுக்கு. அந்த உருவங்களும் சுமார் 7 அடி இருந்தன, ஆனால் தன்னுடன் பேசுபவர் மட்டும் மனித முகம் கொண்டவராய் இருந்தார்! எல்லாவின் இருபுறம் இருந்தவர்களுக்கோ முகம் மனிதர்களை போல இல்லை, வேறு மாதிரியாக இருந்தது!

கைகளை உயர்த்தி இங்கிருந்து செல்லுங்கள் என்பது போல செய்கை செய்தார் அந்த கிரகவாசி. உடனே எல்லாவை சுற்றி

இருந்தவர்கள் அந்த அறையைவிட்டு வெளியே சென்றனர்.

எல்லாவும், கிரகவாசியும் இப்படி பேசிக்கொண்டிருக்க. லவ் "எனக்கு ரெண்டு பேர் பேசுறதும் புரியல. மைண்ட் ரீடிங், எனக்குள்ள ப்ரோக்ராம் செய்யப்படல! நான் அமைதியா இருந்து கவனிக்கிறேன்" என்றது.

"எனக்கு நிறைய கேள்விகள் இருக்கு கேட்கலாமா?' என்றார் எல்லா, கிரகவாசியை பார்த்து.

"தெரியும். ஒவ்வொரு கேள்வியா யோசித்தால் போதும், கேட்கவேண்டிய அவசியம் இல்லை" என்றார் அந்த கிரகவாசி, அவர்கள் தான் எண்ணங்களை உணரக்கூடியவர்களாக இருந்தனரே...

"எஸ், நீங்க தான் மைண்ட் ரீடிங் பண்ணுவீங்களே" என சொன்னவாறு கேள்விகளை, குழப்பங்களை களைவதற்காக யோசிக்க ஆரம்பித்தார் எல்லா.

"உலகிற்கு இதுக்கு முன்னாடி வந்து இருக்கீங்களா?" யோசித்தபின் கேட்டார்

எல்லா. தொடர்ந்து "சாரி, யோசிச்சாலே போதும் இல்ல!" என சொல்லிக்கொண்டார் எல்லா.
"ம்ம் பல முறை வந்திருக்கேன். அங்கு வாழ்ந்த மனிதர்களுடன் பல நாட்கள் கழித்திருக்கிறேன்" என்றார் கிரகவாசி.

"ஓ அப்படியா? கடைசியாய் எப்போது வந்தீர்கள், சந்தித்தது யாரை" என கேட்டார் எல்லா. அடுத்த நொடியே "அட யோசிச்சாலே போதும் இல்ல. எனக்கு இது பழக்கம் இல்ல, அதனால யோசிக்கவும் செய்யறேன், கேட்கவும் செய்யறேன்" என்றார் எல்லா.

"உன் கணக்குப்படி பல பல நூற்றாண்டுகளுக்கு முன்பு, இமய மலைக்கு தெற்கே உள்ள, மனிதர்கள் ஆட்சி செய்து வந்த இடங்களுக்கு வந்திருக்கிறேன். அதிலும் தென் கோடியில் வாழ்ந்த மனிதர்களுடன் நான் நெருக்கமாக பழகவும் செய்திருக்கிறேன்" என்றார் கிரகவாசி. அவர் தொடர்ந்து ஒரு கருத்தையும் தெரிவித்தார் கிரகவாசி "நான் பூமிக்கு வருகை தரும் சமயமெல்லாம் முதலாளித்துவமும்

இல்லை, கம்யூனிசமும் இல்லை, மனிதம் மட்டுமே இருந்தது"

"அப்போ இன்றைக்கு பூமியில் மனிதம் இல்லைனு சொல்லுறீங்களா?" என கேட்டார் எல்லா, அதே வேளை 'இவருக்கு இன்றைய பூமியின் நிலை எப்படி தெரியும்? பூமியில் நடக்கும் நிகழ்வுகளை கண்காணிக்கிறார்களா?' என யோசித்தார்... அதை கேட்க முற்படும்போது, கிரகவாசி சொன்னார் "கவலை வேண்டாம், உன் இரண்டாவது கேள்விக்கும் நான் பதில் சொல்கிறேன்"

"முதல் கேள்விக்கான பதில், முன்னொரு காலத்தில் மனிதனிடம் ஆசை மட்டுமே இருந்தது. காலப்போக்கில் அது பேராசையாய் உருவெடுக்க ஆரம்பித்தது. அன்று முதல், மனிதம் மெல்ல மெல்ல மறைய துவங்கியது. இல்லை என நீ மறுக்கமுடியுமா?" கிரகவாசி கேட்க அமைதியாய் நின்றார் எல்லா.

"சரி, இரண்டாவது கேள்விக்கான பதில், நான் பூமியை எப்போதும் கண்காணித்துக்கொண்டுதான் இருக்கிறேன்.

மனிதர்களின் செயல், கொஞ்சம் கொஞ்சமாக பூமியை அழித்துக்கொண்டு வருகிறது. எதுவாயினும் மனிதர்கள் தாங்களே தேடிக்கொண்ட நிலை தான் இது" முடித்தார் கிரகவாசி.

"ஏன் இப்படி இருக்கக்கூடாது? உங்களை போன்ற வேறு கிரகவாசிகள் அதாவது ஏலியன்கள் கூட உலகை இந்த நிலைக்கு தள்ளி இருக்கலாம் இல்லையா?" எல்லா கேட்டார்.

"உண்மை தான், பல்வேறு கிரகத்திலிருந்து ஏலியன்கள் உலகை வசப்படுத்த நினைத்ததுண்டு. பலமுறை பூமியில் அவர்கள் மனிதர்களுடன் சண்டையிட்டதும் உண்டு. அப்படியான நேரங்களில், அவர்களை அதாவது அந்த ஏலியன்களை அழிக்க மனிதர்களுக்கு உதவியிருக்கிறேன்" விவரித்தார் கிரகவாசி.

"அந்த ஏலியன்கள் எப்படி இருந்தது? நான் கூட ஏலியன்களுடன் சண்டையிட்டிருக்கிறேன் அதனால் தான் கேட்கிறேன். அதுமட்டுமல்ல, ஏன் நாங்கள் ஏலியன்களோடு சண்டையிடும்

போது நீங்கள் உதவ வரவில்லை?" எல்லா ஆர்வமாக கேட்டார்.

"நான் சண்டையிட்ட ஏலியன்களை மனிதர்கள் அசுரர்கள் என பெயரிட்டனர். உங்கள் புராணங்களில் வரும் பல கதாபாத்திரங்கள் உண்மையே..! என்ன, கதைவடிவம் பெரும் போது கொஞ்சம் கற்பனை கலந்து, சுவாரசியம் கூட்டுவதற்காக மிகை படுத்தப்பட்டன அந்த புராணங்கள். நான் ஏலியன்களுடன் சண்டையிடும் போது உலகின் மனிதர்களிடம் இப்போது போல் ஆயுதம் இல்லை. அதனால் நான் உதவி செய்தேன். நீங்கள் சமீபத்தில் ஏலியனுடன் சண்டையிட்ட போது உங்களிடம் நவீன ஆயுதம் இருந்ததல்லவா?" என வினவினார் கிரகவாசி

"ஆனால், எங்களிடம் இருந்த ஆயுதம் ஏலியன் தட்டுகளை ஒன்றும் செய்யவில்லையே?" பதில் கேள்வி கேட்டார் எல்லா.

"நான் ஆயுதம் என சொன்னது மண்ணையும்... மண் தான் ஏலியன்களை கொல்ல வழி என கண்டுபிடித்த உன்னையும்..." கிரகவாசி

சொல்ல.. ஆச்சர்யத்தில் உறைந்து போனார் எல்லா..

அடுத்த கேள்வியை சிந்திக்கக்கூட முடியவில்லை எல்லாவால், அப்படியொரு அதிர்ச்சி.

"நீங்க உலகத்தை முழுவதுமாய் கண்காணிக்கிறீங்க... ஒதுக்குறேன்" எல்லா பணிந்தபடி சொன்னார்.

"நீங்க என்னை கூட தெரிந்து வைத்திருக்கிறீர்கள். ஆனால், உலகம் வருவதை இவ்வளவு காலம் ஏன் நிறுத்தி வைத்திருக்கிறீர்கள்?" எல்ல கேட்க

"இரண்டு காரணங்கள்; முதல் காரணம் உனக்கு தான் இது 'இவ்வளவு காலம்' எனக்கு இது சிறு காலம் தான். இரண்டாவது காரணம் இனி நான் உலகம் வரவேண்டுமெனில், அங்கே மனிதன் பண்டைய காலம் போல சுயநலமின்றி இருக்க வேண்டும் அப்போது தான் வருவேன்" என்றார் கிரகவாசி.

"சரிதான்" என சின்ன புன்னகையுடன் சொன்னார் எல்லா.

"நீங்க கடைசியாய் பார்த்த மனிதர் யார்?" யோசித்தார் எல்லா.

"அகத்தி தான் நான் சந்தித்த கடைசி நபர். அவர் ஒரு சித்தர்" கிரகவாசி பதில் சொன்னார்.

தொடர்ந்து யோசிக்க ஆரம்பித்தார் எல்லா, 'எப்படி உங்களுக்கு உலக மொழி தெரியும்?'
"நீ பேசும் மொழி, உலகின் மூத்தமொழியான 'ழ'கர மொழியின் ஒரு பிரிவு... அதிலும் மூத்த பிரிவு. நான் உலகம் வந்து சென்ற காலங்களில் 'ழ'கர மொழி மட்டுமே இருந்தது. நான் பேசிய முதல் மொழியும் அதுவே, ஏனெனில் எங்கள் கிரகத்தில் யாரும் பேச வேண்டிய அவசியம் இல்லாதுபோனதால். தொடர்ந்து பல மொழிகள் தோன்றின, 'ழ'கர மொழியின் பிரிவுகளாய். ஏன் அறிவுக்கு ஒரு மொழியை கற்க அதிக பட்சம் 2 நிமிடங்கள் தான் தேவை என்பதால், உலகத்தின் அனைத்து மொழிகளும் எனக்கு தெரியும்" விவரித்தார் கிரகவாசி.

எல்லாவால் அந்த கிரகவாசி சொல்வதை ஏற்கமுடியவில்லை, நம்பாமல் இருக்கவும் முடியவில்லை!
அந்த சமயத்தில் "எல்லா, நீ நம்பித்தான் ஆகவேண்டும்" என சொன்னார் கிரகவாசி.

"இந்த கிரகத்துல இருந்து, உலகம் வர எத்தனை ஆண்டுகளாகும்?" எல்லா கேட்டார், அடுத்த கேள்வியை.

"ஆண்டுகளா? சில நிமிடங்களில் வந்து விடலாம். எங்களிடம் இருக்கும் தொழில்நுட்பம், உங்களை விட பற்பல மடங்கு மேம்படுத்தப்பட்ட ஒன்று. உங்களுக்கு அதாவது மனிதர்களுக்கு புரியாது, புலப்படாது" என கிரகவாசி சொல்ல,

"ஏன் புரியாது? இத்தனை நூற்றாண்டு கால பூமியின் வரலாற்றில் மனிதர்களே மிகவும் சிந்திக்கக்கூடிய, புத்திசாலித்தனம் கொண்ட இனம்!" சற்றே சத்தமாகவே சொன்னார் எல்லா, அவரால் மனிதர்களுக்கு புரியாது என அந்த கிரகவாசி சொன்னதை ஏற்க முடியவில்லை. இருக்கையில் இருந்து எழுந்தார் எல்லா, மெல்ல நடக்க ஆரம்பித்தார்.

“ஒரு விட்டில் பூச்சிக்கு உன்னால் விஞ்ஞானத்தை கற்றுத்தரமுடியுமா?" எல்லாவை பார்த்து கேட்டார் அந்த கிரகவாசி.

"எப்படி முடியும். அதற்கு அந்த அளவிற்கு அறிவு கிடையாதே!" என எல்லா சொல்ல,

"விட்டில் பூசிக்கும் அறிவு உண்டு ஆனால், விஞ்ஞானத்தை கற்கும் அளவிற்கு அல்ல. அப்படிதான் இதுவும். மனிதர்களுக்கு சிந்திக்கும் ஆற்றல் உண்டு, ஆனால் எங்கள் தொழில்நுட்பங்களை புரிந்து கொள்ளும் அளவுக்கு இல்லை" விளக்கினார் கிரகவாசி.
அந்த பதில் எல்லாவிற்கு திருப்திகரமானதாக இல்லை என்றாலும், அமைதியை தந்தது.

எல்லா மெதுவாய் நடந்து கொண்டே இருந்தபோது எதிரில் இரு எழுத்துக்கள் போல் பொறிக்கப்பட்டிருந்ததை கண்டார் "இதில் என்ன எழுதி இருக்கிறது?" முதல் வார்த்தையை கை காட்டி கேட்டார் எல்லா, எதிரே இருப்பது கண்ணாடி என்று தெரியாமல்!
"வோ " என சொன்னார் கிரகவாசி.
அடுத்த எழுத்தை காட்டி "இது?" என எல்லா கேட்க.
"அது சி" என பதில் சொன்னார் கிரகவாசி.
"சி என்பது தமிழ் எழுத்து போலவே இருக்கிறது. வோ சி என்றால் என்ன?" வினவினார் எல்லா.
"ஆம் சரியாக சொன்னாய். வோ சி, என்றால் என்ன என்பது எனக்கு தெரியாது, ஆனால்

அங்கே பொறிக்கப்பட்டிருப்பது என் பெயர்" என்றார் அந்த கிரகவாசி.

"நடுவுல நடுவுல புரியாத மாதிரி பேசுறீங்க Mr வோ சி" என சலித்துக்கொண்டார் எல்லா.

எல்லா லவ்விடம் "லவ் சி வோ அப்படிங்கற பேருல ஏதாவது குறிப்பு வரலாறுல இல்ல இலக்கியத்துல இருக்கா? என கேட்டார்.

சில நொடிகள் கழித்து "நோ கேப்டன்" என்றது லவ்.

'இவரு சொல்லறதை நம்பலாமா வேண்டாமா' என எல்லா தனக்குள் நினைக்க

"உன் விருப்பம்" என சொன்னார் Mr வோ சி.

"சரி, நீங்க பழகிய மனிதர்கள் என்ன ஆனார்கள்?" கேட்டார் எல்லா.

"அவர்கள் வாழ்ந்த பண்டைய நாடு ஆழிப்பேரலைகளால் அழிந்து போயின. மனிதர்கள் வசம் இருக்கும் தற்போதய குறிப்புகளில் அதை குமரிக்கண்டம் என குறிப்பிடுகின்றனர்" என சொன்னார் அந்த கிரகவாசி, Mr.வோ சி

குமரிக்கண்டம் என்பதை பற்றி சிறுவயதில் கேள்விப்பட்டிருக்கிறார் எல்லா, ஆனால் அது

வெறும் கதை உண்மை அல்ல என அவருக்கு கற்பிக்கப்பட்டிருந்தது.

'எப்படி குமரிக்கண்டம் அழிந்தது?' என எல்லா யோசிக்க...

"சில ஆயிரம் வருடங்களுக்கு ஒருமுறை நிலா விரிவடைந்து பின் தன் அசல் தோற்றத்துக்கு வரும். அப்படி ஒருமுறை நிலா விரிவடைந்தபோது, மலை உயரம் இருந்த ஆழி பேரலைகள் அந்த நாட்டையே மூழ்கச்செய்தது, குமரிக்கண்டம் அழிந்தது!" விளக்கினார் Mr.வோ சி.

"நிலவுக்கு இவளவு சக்தியா?" எல்லா தனக்குள்ளே கேட்டுக்கொண்டார்.

"ஆம் நிலவு பேராற்றல் கொண்ட ஒரு கோள்.. அது இல்லாமல் போனால், பூமி இயங்குவதென்பது மிக கடினம்! நீங்கள் தான் விவசாயத்தையே நிலவில் நடத்துகிறீர்களே, ஆக நிலவு, உலகின் கண் போல" என்றார் Mr.வோ சி.

அந்த வேளையில் எல்லாவின் கண்கள் சிவந்திருந்ததை கண்டார் கிரகவாசி "உனக்கு இன்னும் ஓய்வு தேவை, உன் கண்கள் சிவந்து

இருக்கிறது" என எல்லாவை பார்த்து சொன்னார் Mr.வோ சி.

"நோ Mr.வோ சி, எனக்கு ஓய்வு தேவையில்லை" என்றார் எல்லா, அவருக்கு இன்னும் பல கேள்விகள் கேட்கவேண்டும் என்பதனால்.

"முன்னே உள்ள கண்ணாடியில் பார்" என்றார் Mr.வோ சி

அங்கே எல்லா இதற்கு முன் வோ சி என்ற எழுத்தை பார்த்த ஒரு சட்டகம் மட்டுமே இருந்தது "இது கண்ணாடியா? நான் இதில் தெரியவில்லையே!" என குழப்பமாக கண்ணாடியை உற்று பார்த்தார் எல்லா.

"இங்கிருக்கும் கண்ணாடிகள் உயிரற்ற பொருட்களை பிரதிபலிக்கும். உயிருள்ளவற்றை, மூன்றடி தூரத்திற்குள் இருந்தால் மட்டுமே பிரதிபலிக்கும்" என காரணம் சொன்னார் Mr.வோ சி.

அதில் தன் கண் சிவந்திருந்ததை பார்த்தார். பின் எல்லா யோசித்தார், 'நான் இதற்கு முன்னாள் பார்த்தது ஒரு கண்ணாடியா? வோ சி யை நான் வா வலது புறம் இருந்து இடதுன்னு திருப்பியல்லவா படிச்சிருக்கணும்'

'ம்ம் சரி தான்" என எல்லா மனதில் நினைத்ததை ஆமோதித்தார் Mr வோ சி.

"அப்போ உங்க பெயர் வோ சி இல்லை சி வோ.. சிவோ!!" டக்கென சொன்னார் எல்லா.

"ம்ம்.. மிகச்சரி" என்றார்.

"சிவோங்கிற பெயர்ல ஏதாவது குறிப்பு இருக்கா?" லவ் விடம் கேட்டார் எல்லா..

தன்னிடம் இருக்கும் தரவுகளை ஆராய்ந்த லவ் சொன்னது "நோ கேப்டன். எக்ஸாக்டா, இந்த பெயர்ல எந்த குறிப்பும் இல்லை"

"உங்க பெயர்ல ஒரு குறிப்பும் இல்லையே! நீங்க சொல்லறதை எல்லாம் நான் எப்படி நம்புறது?" எல்லா சந்தேகத்துடன் கேட்டார்.

"மனிதர்கள் என்னை வேறு பெயரால் தான் அழைத்தார்கள்" கிரகவாசி

"என்ன பெயர்" எல்லாவின் கேள்வியில் ஆர்வமிகுதி இருந்தது.

"சிவன், ஈஸ்வரன், ஈசன், மகேசன், ஸ்லா, ஏசா.....இன்னும் பல.." சிவோ என்ற அந்த கிரகவாசி சொன்னார்

திகைத்து போனார் எல்லா, சில நொடி பேசாமல் இருந்தார்.

"என்ன நீங்க தான் சிவனா? அதாவது கடவுளா?" வியப்புடன் கேட்டார் எல்லா

"எங்க கிரகத்துல கடவுள் அப்படிங்கிற ஒரு சங்கதியே கிடையாது! மனிதர்கள் தான் அந்த சொல்லை உருவாக்கினார்கள்" சிவோ சொன்னார்.

"சரி இதுக்கு மேல பேச வேண்டாம். உனக்கு நிச்சயமா ஓய்வு தேவை" என்றார் சிவோ.
"ஆமா. எனக்கு தலை சுத்துது, நான் ஓய்வு எடுத்துக்குறேன்" என்றார் எல்லா, அவர் வந்த இருக்கையிலேயே அமர்ந்தார்.
லவ்வும் சொன்னது " கடவுள் அப்படிங்கிற உளதாய் இருக்கும் பொருள் உண்மை என தெரிஞ்சதும் என்னோட ப்ராசசர் கூட சூடாகிடிச்சு. நான் ஸ்லீப் மோடுக்கு போகணும்" என்றது.
சிரித்தார் சிவோ. "சரி, ஓய்வு எடுங்கள்" என சொன்னார்.
எல்லா அமர்ந்திருந்த இருக்கை, தானாக நகர ஆரம்பித்தது, இதற்கு முன் எல்லாவை அழைத்து வந்தவர்கள்தான் நகர்த்தி செல்கிறார்கள் என புரிந்து கொண்டார் எல்லா.

உலகை நோக்கி

அறைக்கு வரும் வழியிலேயே உறக்கம் எல்லாவை தொற்றிக்கொண்டது. தடுமாற்றத்துடேனேயே படுக்கையில் சாய்ந்தார் எல்லா. பஞ்சை நெருப்பு பற்றும் வேகத்தில், எல்லாவின் களைப்பு அவரை தூக்கத்தை பற்றிக்கொள்ளச்செய்தது. ஆழ்ந்த உறக்கத்திற்கு சென்றார் எல்லா. லவ் தன் செயலிகளை புதுப்பித்துக்கொண்டது, இன்னும் நிறைய புதுப்புது காட்சிகளை பார்க்க ஆவலாய் இருந்தது. எல்லா மெல்ல குறட்டை விட ஆரம்பித்தார். லவ் அந்த சத்தத்தை கேட்க விரும்பவில்லை, தன் ஒலி சேகரிப்பானை நிறுத்திவிட்டது.

நல்ல தூக்கத்திற்கு பின் கண்விழித்தார் எல்லா.

எல்லா கண்திறப்பதற்காக காத்திருந்த லவ், அவர் விழித்தவுடன், தன் ஒலி சேகரிப்பனை மீண்டும் இயக்க ஆரம்பித்தது.

'நிச்சயமா ஒரு 8 மணிநேரம் தூங்கி இருப்பேன்னு நினைக்கிறன்' என சொல்லிக்கொண்டார் எல்லா..

"கேப்டன். நீங்க மொத்தம் 11 மணி நேரம் தூங்கி இருக்கீங்க. அதுல கிட்டத்தட்ட 3 மணிநேரம் குறட்டை!!", எல்லாவின் அருகே சென்று சொன்னது லவ்.

சில நொடி புன்னகைத்தார் எல்லா.

மீண்டும் கதவு திறந்தது, இருக்கை வந்தது. எல்லா அந்த இருக்கையில் ஏறி அமர்ந்தார். இம்முறை, இருக்கை வேறு ஒரு அறைக்கு சென்றது அங்கே அவர் குளிக்க தேவையான அனைத்து வசதிகளும் இருந்தன. அவர் குளிக்கும் போது லவ் தள்ளி நின்று கொண்டது, தண்ணீர் அதன் மீது படாத படிக்கு. எல்லா உடலை உள்ளிருந்து, வெளியே வரை சுத்தப்படுத்திக்கொண்டார், தன்னை புதுப்பித்து கொண்டது போல் உணர்ந்தார்.

அவர் குளியலை முடிக்கும் நேரம் அறையின் ஒரு மூலையில் இருந்து ஒரு சத்தம் கேட்டது, அங்கே எல்லா சென்று பார்த்ததும். அவர் விண்கலத்தில் ஏறும் போது அணிந்திருந்த

உடை வைக்கப்பட்டிருந்தது. அதை அணிந்து கொண்டார் எல்லா.

உடைக்கு கீழ் 'உணவு' என எழுதப்பட்டிருந்தது, கீழே வலதுபுறம் அம்புக்குறி இருந்தது. எல்லா வலதுபுறம் நோக்கி நடந்தார் சிறிது நேரத்தில் அறுசுவை உணவு அவருக்காக காத்திருந்தது.

உணவை சுவைக்க ஆரம்பித்தார் எல்லா. அப்படியொரு உணவை அவர் தன் வாழ்நாளில் சுவைத்ததில்லை.

உணவு அருந்தி முடித்ததும், நீர் அருந்தினார் அந்த நீரின் சுவையும் புது அனுபவமே தந்தது.

"என்ன எல்லா, உணவு எப்படி இருந்தது?" என தன் பின்னால் இருந்து குரல் வருவதை கேட்டு திரும்பினார் எல்லா, அது சிவோ.

"குட் மார்னிங். நைட் நல்ல தூக்கம்" என்றார் எல்லா.

"இரவா? இங்கே 24 மணிநேர கணக்கெல்லாம் கிடையாது! பகல் மட்டும் தான், பல மாதங்களுக்கு ஒரு முறை இரவு வரும்" என சிவோ அந்த கிரகத்தின் விதியை சொன்னார்.

"அப்படியா? இங்கே எல்லாமே வித்தியாசமா இருக்கு" என்றார் எல்லா.

அந்த சமயம் எல்லாவுக்கு ஒரு சந்தேகம் 'சிவோ அவர்களை எப்படி அழைப்பது? கடவுள் என்றா இல்லை Mr சிவோ என்றா? அல்லது வேறு பெயரிலா?' என்று

எல்லா நினைத்ததற்கு பதில் அளித்தார் சிவோ "உன் இஷ்டம்".

"Mr சிவோ ஓகே வா?", என எல்லா கேட்க.

"உன் இஷ்டம் என சொல்லிவிட்டேன்..." என்றார் சிவோ.

"ஒன்னு கேட்டா தப்பா நினைச்சுக்க மாட்டிங்களே?" என எல்லா மெதுவாய் சொல்ல.

"என்னோட வயசு தானே?" எல்லா மனதில் நினைத்ததை தெரிந்துகொண்டார் சிவோ.

"உனக்கு புரியும் படி சொல்லவேண்டுமானால். சில லட்சம் வருடங்கள்..." என சொன்னார் சிவோ.

"என்ன சில லட்சமா? அடேங்கப்பா!! அப்போ உங்களுக்கு அழிவே கிடையாதா?" என்றார் எல்லா.

"யார் சொன்னது. எனக்கும் ஒரு ஆயுட்காலம் உண்டு, அதை தாண்டி என்னால் வாழ இயலாது" என சிவோ சொல்ல.

"அப்படினா, இன்னும் எத்தனை வருடங்கள் நீங்க வாழ்வீங்க?" கேட்டார் எல்லா.
"இன்னும் சில லட்சம் வருடங்கள் பாக்கி இருக்கிறது" என்றார் சிவோ.

"உங்க ஆயுட்காலம்?"
"இன்னும் சில லட்சம் வருடங்கள் பாக்கி இருக்கிறது"
"உங்களுக்கு அப்புறம் உங்கள் மகன் இங்கே தலைவர் ஆவாரா?"
"இது பூலோகம் இல்லை.. இங்கு அரசியலும் இல்லை.. என் இறப்பிற்கு சில காலம் முன்னதாகவே என்னை போன்ற தோற்றத்தில், ஒரு குழந்தையை, இங்கிருக்கும் எவரேனும் பிரசவித்துவிடுவார்."
"என்ன? ஆண்கள் பிரசவிப்பார்களா?" விழிகள் முற்றிலுமாய் திறந்தபடி கேட்டார் எல்லா.
"இந்த கிரகத்தில் வேறு வேறு பாலினங்கள் கிடையாது. அந்த வகையில் பூலோகம் ஒரு சிறப்பு வாய்ந்த கிரகம். இயற்கை இரு பாலினங்கள் எனும் பேரதிசயத்தை நிகழ்த்தியிருக்கிறது! பூமியில் வாழும் அனைத்து உயிரினங்களும், மனிதர்கள் உட்பட, இயற்கைக்கு நன்றி சொல்லவேண்டும்.

மாறாய், மனிதர்கள் இயற்கையை கொஞ்சம் கொஞ்சமாய் கொல்லவே செய்கிறீர்கள். ம்ம்ம்.. உங்கள் கிரகம், உங்கள் இயற்கை அன்னை...நான் யார் குற்றம் சொல்ல?!" இயற்கையின் முக்கியத்துவத்தை எடுத்துவைத்தார் சிவோ.
தொடர்ந்து சொன்னார் சிவோ, "அது மட்டுமல்ல.. ஆண், பெண் இருவரும் சமம் என்பதை மனிதர்களுக்கு விளக்கவே நான் பாதி ஆணாகவும், பாதி பெண் போலவும் தோன்றினேன். அதை அவதாரமாய் பார்த்த மனிதர்கள், அதன் அர்த்தத்தை உணர தவறிவிட்டார்கள். என்ன செய்ய!"

எல்லா மனிதர்கள் இயற்கையை மதிக்க தவறியதும், பாலின வேறுபாட்டை களைவதில் பெரும் கவனம் செல்லுத்தாதும் உண்மை என்பது போலவே தலை குனிந்தார். சில நேரம் கழித்து, "ஆமா Mr சிவோ, நீங்க சொல்றது உண்மை தான். மனிதர்களாகிய நாங்கள் பெரும் தவறு இழைத்திருக்கிறோம்" என வருத்தத்துடன் ஒப்புக்கொண்டார் எல்லா.

அமைதி நிலவியது சிறிது நேரம்.

"ஆமா அந்த குழந்தைக்கு நீங்க முடிசூட்டு விழா நடத்துவீங்களா, Mr சிவோ?" என அடுத்த கேள்வியை கேட்டார் எல்லா. நினைத்த கேள்விகளை கேட்டகவும் விரும்பிய எல்லாவின் எண்ணம் அறிந்த சிவோ, எல்லா கேள்விகளை கேட்கும் வரை பொறுத்து பின் பதில் சொல்ல ஆரம்பித்தார்.

"மீண்டும் சொல்கிறேன், இங்கு அரசியல் இல்லை அதனால் சம்பிரதாயங்களும் இல்லை! பிறந்தவுடனேயே அந்தக்குழந்தை தான் இந்த கிரகத்தை வழி நடத்தவிருக்கும் அடுத்த சிவோ என்பது முடிவாகிவிடும்" என்றார் சிவோ.

"என்ன அவரும் சிவோ வா?", எல்லா

"ஆம் என் முன்னோரின் அறிவு, எண்ணம், ஆற்றல் அனைத்தும் அடுத்த வரவிருக்கும் அந்த குழந்தைக்கு பரிமாறிவிடுவேன். என் முன்னோரின் எண்ணம், ஆற்றல், நினைவு, அறிவு கூடிய குழந்தை, அப்படியானால் அந்த குழந்தையும் சிவோ தானே. எனக்கு முன்னரும் பல நூறு சிவோக்கள் இந்த கிரகத்தில் வாழ்ந்து மறைத்திருக்கிறார்கள்" எடுத்துரைத்தார் சிவோ.

"மாற்றம் ஒன்றே மாறாதது என்பது எங்கும் பொருந்தும் என்பது புரிகிறது" என சொன்னார் எல்லா.

"ஏன் உங்க நினைவை, அறிவை பரிமாறுறீங்க? அப்படி பரிமாறாம விட்டா ஒரு வேளை, அடுத்த சிவோ புதுசா யோசிக்கலாம்ல?" என எல்லா தன் கருத்தை எடுத்துவைத்தார்.

"புதுசா யோசிக்கிறது எவ்வளவு முக்கியமோ அதே அளவுக்கு, பழசை மறக்காம யோசிக்கிறது ரொம்ப முக்கியம் எல்லா. அதுனாலதான் என் அறிவு கூடவே நினைவும் அடுத்த சிவோவுக்கு பரிமாறப்படும்" என்றார் சிவோ."

"எல்லா, இந்த கிரகத்தை சுற்றி பார்க்க உனக்கு ஆசையாய் இருக்கிறதல்லவா?" எல்லா மனதில் நினைத்ததை சொன்னார் சிவோ.

"ஆமா Mr சிவோ" என எல்லா சொல்ல,

"பின் ஏன் நீ அதை கேட்டகவே இல்லை?" வினவினார் சிவோ.

"நீங்க நான் இந்த அறையை விட்டு வெளியே போக அனுமதிப்பீங்களானு தெரியலை, அதனாலதான் நான் கேட்கல" என்றார் எல்லா...

"அதுமட்டுமா, நீ இங்கே கைதியாய் இருக்கிறாயோ என்ற சந்தேகம் வேறு... அதன் பொருட்டாலும், நீ அந்த கேள்வியை கேட்கவில்லை அல்லவா?" எல்லா மறைத்த காரணத்தையும் சேர்த்து சொன்னார் சிவோ.
சிரித்துக்கொண்டே சொன்னார் எல்லா, "மன்னிக்கணும் Mr. சிவோ. உங்ககிட்ட எதையும் மறைக்க முடியலையே!"
சிவோ எல்லாவை அழைத்துக்கொண்டு அந்த அறையில் இருந்து வெளியேறினார். லவ்வும் உடன் சென்றது.

எல்லா அந்த கிரகிதத்தின் அசல் காட்சியை பார்த்ததும் வியந்துவிட்டார்.

அந்த மாளிகை போல் இருந்த அந்த அறைகள் அமைக்கப்பட்டிருந்தது ஒரு குகைக்குள்!
அந்த கிரகத்திற்கு அருகில் சூரியன் இல்லாதபோதிலும் வானில் ஒளி இருந்தது, அதுவும் நீல நிறத்தில் இல்லை, மாறாக பல வண்ணங்கள் இருந்தன!
மரங்கள், செடிகள் ஓசை எழுப்பக்கூடியவைகளாய் இருந்தன! ஒவ்வொரு ஓசைக்கும் ஒரு அர்த்தமுண்டு,

அதை புரிந்துகொண்டு கிரகவாசிகள் செடிகள் மரங்கள் கேட்பவையை செய்தனர். மரம், செடி, கொடிகளை அந்த கிரகவாசிகள் தங்கள் குழந்தைகளை போல் நடத்தினர்.
அதை புரியாமலே ரசித்துக்கொண்டிருந்த எல்லாவுக்கு 'சர்'ரென்ற சத்தம் மேலிருந்து கேட்டது. நிமிர்த்து பார்த்தார் எல்லா.
அதிவேகத்தில் உருண்டை போல் ஏதோ ஒன்று பறந்துகொண்டிருந்தது.
லவ் அனைத்தையும் தன் கேமராவில் பதிவேற்றிக்கொண்டது.
சிவோவிடம் எதை பற்றி முதலில் கேட்பது என்றே தெரியாத குழப்பநிலையில் இருந்தார் எல்லா.

"குழம்ப வேண்டாம் நான் பதில் சொல்கிறேன்" என்றார் சிவோ.
தொடர்ந்து பேசினார் சிவோ,"உங்கள் கிரகம் போல், எங்களுக்கு சூரியன் போல் ஏதும் இல்லை. ஆனால் சில நட்சத்திரங்கள் இந்த பல நிற ஒளியை எங்கள் வான வீதியை நிரப்புகிறது. ஒவ்வொரு நாளும், நிறங்கள் மாறிக்கொண்டே இருக்கும். எங்கள் கிரகத்தில் மரம், செடி பேசக்கூடியவைகள். பசித்தாலோ,

வலித்தாலோ அவைகள் அதை ஒலியின் மூலம் பகிர்ந்துவிடும். நீ மேலே பார்த்தது ஒரு வாகனம், ஒரு இடத்தில் இருந்து வேறு இடத்துக்கு எங்கள் கிரகவாசிகள் இது போன்ற வாகனங்களைத்தான் பயன்படுத்துவார்கள். இயந்திரம் இல்லா வாகனம்".

"இயந்திரம் இல்லாமல் வாகனங்களா? அது எப்படி சாத்தியம்?!!" என புருவம் உயர்த்தி கேட்டார் எல்லா.

"இங்கே வானின் நிறம் மாறும் போது...செடிகள் பேசும் போது...இது மட்டும் சாத்தியமில்லாமல் போகுமா என்ன?" சிரித்தார் சிவோ, பின் "நான் முன்பு சொன்னது போல, மனிதர்களுக்கு புரியாத பல விதிகளும், விஷயங்களும் உண்டு. பிக் பாங் தியரியை கண்டுபித்ததால் மட்டுமே, மனிதர்கள் அண்டத்தின் பெரிய சக்தி ஆகிவிடமுடியாது. நீங்களும், எங்களை போல அண்டத்தின் ஒரு பகுதி மட்டுமே" என்றார்.

ஆனால் இயந்திரமில்லா வாகனங்கள் எப்படி சாத்தியம் என தனக்குள் சிந்தனையை ஊட்டியவாறு இருந்தார் எல்லா.

அது சமயம், "அடுத்த ஆச்சர்யத்துக்கு தயாரா?" என எல்லாவை பார்த்து கேட்டார் சிவோ.

சிவோ தன் உள்ளங்கையை நேராக நீட்டி ஒரு முறை மூடி திறந்தார். மறு நொடி, எல்லா சில நிமிடம் முன்பு பார்த்த, உருண்டை போன்ற பறக்கும் வாகனம் அவர்கள் முன் வந்து நின்றது.

"வாங்க போகலாம்" என சிவோ சொன்னபோது, அந்த வாகனத்தின் கதவு சட்டென மறைந்தது. அந்த உருண்டையின் உள்ளே சென்றார் சிவோ. எல்லாவும் லவ்வும் வாகனத்தின் உள்ளே நுழைந்தனர். அதில் இருக்கையே இல்லை!

"எல்லா உட்கார முயற்ச்சி செய்" என்றார் சிவோ.

உட்காருவது போல் எல்லா செய்தவுடன், அவர் பின்னிருந்து ஏதோ தண்ணீர் போன்ற ஒன்று எல்லாவின் உடலமைப்புக்கு ஏற்றாற்போல் இருக்கை வடிவில் மாறியது. எல்லா அந்த இருக்கையை மிக சவுகரியமாக உணர்ந்தார்.

"எனக்கு ஸ்பெஷல் சீட் வேண்டாம்" என சொன்ன லவ், திடமாக அதன் இடத்திலேயே நின்றுகொண்டது.

இவர்கள் அனைவரும் பயணிக்க தயாரானவுடன் மறைந்த கதவு, மீண்டும் தோன்றியது, தானாக மூடிக்கொண்டது.

எல்லா இருக்கையின் இரு புறமும் பார்த்தார், "சீட் பெல்ட் இல்லையே!" என சிவோவை பார்த்தார்.
"அதெல்லாம் தேவையில்லை எல்லா" என சிவோ சொன்னவுடன், அந்த தண்ணீர் போன்ற இருக்கை தன் மீது ஒற்றிக்கொண்டது போல் உணர்ந்தார் எல்லா.
அந்த வாகனம் மேல் நோக்கி பறந்தது.

எல்லாவுக்கு தன் முன் இருக்கும் காட்சிகள் சரியாய் தெரியவில்லை. அதை அறிந்த சிவோ, அவர்கள் சென்ற வாகனம் சட்டென மறையச்செய்தார்.
"மாஜிக்..." என்றது லவ்
"இப்போது நன்றாக தெரிகிறதா?" சிவோ கேட்டார்.
"Mr சிவோ உங்க கிரகம் ரொம்ப ரொம்ப அட்வான்ஸ்ட்" என்றார் எல்லா.
காற்றில் பறப்பது போல் உணர்ந்தார் எல்லா.

நல்ல உயரத்தில் பறக்க ஆரம்பித்தது அந்த வாகனம், அதனால் உயரத்தில் பறந்து கொண்டிருந்தார்கள் எல்லா, சிவோ, லவ்.
அந்த காற்றை சுவாசிக்க, சுவாசிக்க புத்துணர்ச்சி அதிகமானது எல்லாவுக்கு.

"இந்த கிரகத்துல ஆக்ஸிஜன் ரொம்ப தூய்மையா இருக்கு" என்றார் எல்லா.
"எல்லா, இந்த கிரகவாசிகளான எங்களுக்கு சுவாசிக்க ஆக்ஸிஜன் தேவையில்லை. ஆனால் ஆக்ஸிஜனை நாங்கள் இங்கே உருவாக்கினோம். எங்க கிரகத்துல காற்றில் சில விஷ வாயுக்களும் கூட இருக்கு. ஆனா உனக்கு அது எந்த ஆபத்தையும் விளைவிக்காது" என சிவோ சொல்ல
"அது எப்படி? நான் திடீரென விஷ வாயுவை சுவாசித்துவிட்டால் ஆபத்துதானே..." சந்தேகம் ஒட்டிக்கொண்டது எல்லாவை.
"உன்னை சுற்றி கண்ணுக்கு தெரியாத குமிழி ஒன்று இருக்கிறது, நீ இந்த கிரகம் வந்து சேர்ந்தவுடன் அதை நாங்கள் உண்டாக்கிவிட்டோம். அதனால் தான் உன்னால் பிராண வாயுவை மட்டும் சுவாசிக்க முடிகிறது" என விளக்கினார் சிவோ.

சிவோவின் பதில் நிம்மதியை தந்தது எல்லாவுக்கு.
"எனக்காக இந்த கிரகத்துல ஆக்ஸிஜனை உருவாகியிருக்கீங்க. ரொம்ப நன்றி" என சொன்னார் எல்லா.
சிரித்தார் சிவோ, "அவசரப்பட்டு நன்றி சொல்லாத" என்றார்.
புரியவில்லை எல்லாவுக்கு.

தொடர்ந்து பறந்தது அந்த வாகனம்.
வண்ண மலர்கள், வயல்கள் போல் நில பரப்புகள். கண்களுக்கு விருந்தாய் இருந்தன காட்சிகள், எல்லாவுக்கும் லவ்வின் காமெராவுக்கும்.
சில தருணம் கழித்து, காடுகள் மீது பயணித்தார்கள். இதையெல்லாம் பார்த்தபின் எல்லா கேட்டார் "ஓ, நீங்க தான் காடுகளையும், வயல்களையும் உலகத்தில் உருவாக்கினீர்களா?"
"இல்லை எல்லா. நீ நினைப்பது தவறு. பூமியை பார்த்த பிறகு தான் நாங்கள் இங்கே காடுகளையும், வயல்களையும் உருவாக்கினோம்" என்ற பதிலை கேட்ட எல்லாவுக்கு ஆச்சர்யம்.

"அப்படியா!!?" வியப்பு நிறைந்திருந்தது எல்லாவின் வார்த்தைகளில்.

"ஆனால் நீங்கள் காடுகளை அழித்ததை என்னால் நம்பவே முடியவில்லை. மனிதனின் ஆசையை அண்டத்தாலும் பூர்த்தி செய்ய முடியாது..!" முடித்தார் சிவோ.

மானுடர்கள் சார்பில், தலை குனிந்தார் எல்லா.

எல்லாவை சுற்றி ஒரு சத்தம் கேட்டது "இதற்கு மேல் செல்ல வேண்டுமா? இதற்கு மேல் செல்ல வேண்டுமா?"

சிவோ 'தொடர்ந்து செல்' என்பது போல் கை அசைத்தார்.

சிலநொடியில் எல்லாவின் கண்களை அவரால் நம்பமுடியாமல் போனது ஏன்னெனில் உலகில் வாழும் சில விலங்குகளை பார்த்தார் எல்லா.

அடுத்து அந்த வாகனம் ஏதோ வளைவாய் இருந்த மரத்தில் சறுக்கு போல் சென்றது. எல்லா அந்த மரம் நகருவதையும் பார்த்தார். சற்று தூரமாய் சென்றவுடன் அங்கே நகரும் அந்த மரம் போன்றவற்றின் முழு உருவத்தையும் பார்த்தார், எல்லா, வாய் பிளந்தபடி.

எல்லா பார்த்தது ஒரு டைனோசர், தாவரத்தை உண்ணும் வகை.

'இது எப்படி சாத்தியம்? உலகில் இன்று வாழும், முன்பு வாழ்ந்த மிருகங்கள்!!' என ஆழமாய் சிந்தித்தார் எல்லா.

"எல்லா, ரொம்ப யோசிக்கவேண்டாம். இந்த மிருக இனங்கள் அனைத்தும் பூமியில் இருந்து எடுத்துவரப்பட்டு இங்கே விடப்பட்டவை. இதில் பல மிருக இனங்கள் எனக்கு முன் சிவோவாய் இருந்தவர்களால் உலகிலிருந்தும், வேறு கிரகங்களிலிருந்தும் கொண்டுவரப்பட்டவை." எல்லாவை பார்த்து சொன்னார் சிவோ.

"நம்பவே முடியலை" என நீட்டி சொன்னார் எல்லா.

மீண்டும் அதே சத்தம் "இதற்கு மேல் செல்ல வேண்டுமா? இதற்கு மேல் செல்ல வேண்டுமா?" கேட்டது.

இம்முறை சிவோ "இல்லை என்றார்"

எல்லாவுக்கு ஏன் இந்தமுறை அந்த எல்லையை சிவோ கடக்க மறுக்கிறார் என்று.

சிவோ சொன்னார் "இந்த எல்லைக்கு மேல், இன்னும் பல ஜீவராசிகள் இருக்கின்றன,

அவற்றை தொந்தரவு செய்யாது இருத்தல் முக்கியம். அதுமட்டுமில்லாமல் நீ அவைகளை பார்ப்பது பிரச்சனையில்லை அவைகள் உன்னை பார்த்துவிட்டால் உன்னை காப்பாற்ற நான் போராடியாக வேண்டும்" என சிவோ சொன்னார்.
ஏதோ பெரிய ஆபத்து இருக்கிறது என்பதை உணர்ந்த எல்லா, "சரி, அப்போ இதற்கு மேல் நாம போகவேண்டாம்" என்றார்.

திரும்பும் வழியில் எல்லா பல கிரகவாசிகளை பார்த்தார், அனைவரும் மலைகளிலும், வயல்களிலும் காணப்பட்டனர். அதுமட்டுமில்லாமல், அங்கே தொழிற்சாலைகள் இல்லை. அப்படி இருக்கும் போது, எப்படி விஞ்ஞான வளர்ச்சியும், அவர்கள் சென்று கொண்டிருக்கும் வாகனம் உருவாக்குவது சாத்தியம் என சந்தேகம் எழுந்தது.
சிவோ சொன்னார் "எங்களுக்கு தேவையான உயிரற்ற பொருட்களை நாங்கள் வேறு கிரகத்தில் உருவாக்கிக்கொள்வோம், இந்த கிரகத்தில் உயிருள்ள வற்றை போற்றி பாதுகாப்பது மட்டுமே நாங்கள் தொடர்ந்து

செய்துகொண்டிருக்கிறோம். இங்கு வாழும் கிரகவாசிகளின் வேலை, உணவை உற்பத்தி செய்வதும், இயற்கையை மதித்து காப்பதும் தான், இது தவிர வேறு பொறுப்புகள் இல்லை".

"அடேயப்பா நீங்க வேறு கிரகத்தில் தொழிற்சாலைகள் வச்சிருக்கீங்களா?" எல்லா கேட்டார்.
"நாங்கள் இயற்கையுடன் பிணைந்து வாழ்வதை பற்றியும், எப்படி இது போல் பூமியில் வாழ்க்கையை மேற்கொள்ளலாம் என்பதை பற்றி கேட்காமல், வாகன உற்பத்தி, தொழிநுட்பம் பற்றி யோசிக்கிறாயே!! நீயும் மனிதன்தானே...!" சிவோ சொல்லி முடிக்கையில் கன்னத்தில் அறைந்தார் போல் இருந்தது எல்லாவுக்கு.
"ம்ம்..கவலைப்படாதே. எல்லோருக்கும் ஒரு மாற்றம் வரும், உங்கள் உலகிற்கும் வரும்" என்றார் சிவோ.
பயணம் முடிந்து திரும்பினார்கள் மூவரும்.

'இவர் அருமையான ஒருவர், இந்த கிரகவாசிகளும் ரொம்ப நல்லவர்களாக இருக்கிறார்கள். ஆனால் அது எப்படி? ஒரு

குற்றவாளி கூட இந்த கிரகத்தில் இல்லையா?' என கிரகவாசிகளை பற்றிய சந்தேகம் எழுந்தது எல்லாவுக்கு, 'ஐயோ, இப்படி நினைத்ததை சிவோ விரும்பமாட்டார். கோவித்துக்கொளவாரோ?' எனவும் நினைத்தித்தார் எல்லா.

"எல்லா, எனக்கு உன் சந்தேகத்தினால் உன்மீது கோவம் இல்லை. உன் கேள்விக்கும், சந்தேகத்திற்கும் பதில் மிகவும் எளிமையானது. இந்த கிரகத்தில் பணம் இல்லை, அனைவரும் சமம் என்பதால் பொறாமையில்லை, ஆண், பெண் பேதம் இல்லை, பேராசை என்பது என்னவென்றே இந்த கிரகவாசிகளுக்கு தெரியாது. அப்படி இருக்கையில், இங்கே குற்றத்திற்கு இடமில்லை. ஒரே வரியில் பதில் சொல்லவேண்டுமானால், நாங்கள் மனிதர்கள் இல்லை" என முடித்தார் சிவோ.
'"உண்மைதான்" என ஆமோதித்தார் எல்லா.

"ஒரு வேளை, உங்கள் தலைமையை இந்த கிரகவாசிகள் ஏற்க மறுத்தால் நீங்கள் இந்த

பொறுப்பில் இருந்து விலகிவிடுவீர்களா?" எல்லா கேட்க

"ஒரு வேளை, ராணுவத்தில் சேராது போயிருந்தால் நீ நல்ல அரசியல்வாதியாக வந்திருக்கக்கூடும். இதற்க்கு தான் அரசு நிறுவனம் அந்த வேலையை பார்த்தார்கள்" சிவோ சொன்னார்.

"அரசு நிறுவனம் எந்த வேலையை பார்த்தது?!" புரியாமல் கேட்டார் எல்லா.

"விரைவில் நீயே தெரிந்துகொள்வாய். சரி உன் கேள்விக்கு பதில்; நான் இங்கே தலைவன் என்பதைவிட இந்த கிரகவாசிகளின் ஒட்டுமொத்த பிரதிபலிப்பு. என்னால் அவர்களுக்கு எந்த தீமையும் செய்ய முடியாது, ஏனெனில் அவர்கள் அனைவரும் என்னுள் இருப்பார்கள். புரிந்ததா?" என எல்லாவை பார்த்து சொன்னார் சிவோ.

"உங்களோட சில பதில்களை யோசிக்காம அப்படியே விட்டுடனும். புரியலைனு யோசிச்சா, இன்னும் குழப்பம் தான் அதிகமாகும். விட்டில் பூச்சிக்கு விஞ்ஞானம் எதற்கு!" என்றார் எல்லா.

"மிகச்சரி" என்றார் சிவோ.

விஞ்ஞானத்தை பற்றி பேசிய அந்தநொடி எல்லாவிற்கு, Dr எழில் ஞாபகம் வந்தது.
“இதையெல்லாம் Dr. எழில் பார்த்தால், இல்லை தெரிந்து கொண்டால் ஆச்சர்யப்படுவார்... லவ் நீ எல்லா விஷயங்களையும் உன்னுள் சேகரித்துக்கொள், பூமி சென்றவுடன் எழிலுக்கு அதை கொடுத்துவிடவேண்டும்” என லவ்விடம் சொன்னார் எல்லா. லவ் அமைதியாக நின்றது.

"எழில் இல்லை, நீ பார்த்த மனிதர்கள் யாரும் இப்போது உயிருடன் இருக்க மாட்டார்கள்!!" பல நூற்றாண்டை உலகம் கடந்திருக்கும்! உனக்கு உலகமே இப்போது வேறு வடிவத்தில் தெரியும்.” என்றார் சிவோ.
சிவோ சொன்னது குண்டை தூக்கி போட்டது போல் இருந்தது எல்லாவுக்கு.
உலகம் செல்ல வேண்டிய நேரம் போல் தோன்றியது... தான் வாழ்ந்த கிரகம் என்ன ஆனது என்பது பற்றிய யோசனைகளும், கவலைகளும் அதிகரிக்க ஆரம்பித்தது எல்லாவிடம்.

உடனே எல்லா லவ்வை பார்த்து சொன்னார், " நான் உடனே பூமிக்கு திரும்பவேண்டும். லவ், பிரோஸ்ட்பாடை ரெடி பண்ணனும்"
சிவோ சொன்னார் "மன்னிக்கணும் எல்லா, நீ வந்த பிரோஸ்ட்பாட் இப்பொது செயல்பாட்டில் இல்லை! அது முற்றிலும் பழுதாகிவிட்டது."
அடுத்து கேட்டார் சிவோ "கண்டிப்பா போக வேண்டுமா எல்லா?" சிவோ கேட்டார்.
"ஆம். ஏன்?" எல்லா கேட்க
"பல அதிர்ச்சிகளை சந்திக்க நேரிடும்" என பதில் சொன்னார் சிவோ.
"இப்போது எனக்கிருக்கும் ஒரே பிரச்சனை, பிரோஸ்ட்பாட் இல்லாமல் எப்படி நான் திரும்ப உலகம் போவது? என்பது மட்டுமே..." எல்லா கையை தலையில் வைத்தபடி ஆதங்கப்பட்டார்.

"நான் அழைத்து செல்கிறேன். எனது அண்டஊர்தியில், உலகம் செல்ல சில நிமிடங்கள் தான் ஆகும், உனக்கு பிரோஸ்ட்பாட் தேவையில்லை" என்றார் சிவோ.

"லெட்ஸ் கோ." உலகம் செல்ல தயார் என்பது போல் எழுந்து நின்றார் எல்லா. லவ்வும் "எஸ்" என்றது.

சிவோ ஒரு சொடுக்கு போட்டார், உடனே அவர்கள் முன் ஒரு பெரிய விண்கலம் போன்ற அண்டஊர்தி ஒன்று தோன்றியது. மூவரும் உள்ளே சென்றார்கள்.
இதற்க்கு முன் அவர்கள் சென்ற வாகனம் போல, தண்ணீர் போன்ற இருக்கை எல்லாவை பற்றிக்கொண்டது. லவ் ஒரு இடத்தில பிடியுடன் நின்று கொண்டது.

சிவோ "எல்லா கண்களை மூடு" என்றார்
எல்லாவும் கண்களை மூடினார், ஆனால் மீண்டும் திறக்கமுடியவில்லை.
"Mr சிவோ என்னால் கண்களை திறக்கமுடியவில்லை" என இமையை திறக்க திணறினார் எல்லா.
"எல்லா நான் தான் உன் இமைகள் திறக்கமுடியாதபடி செய்தேன். அடுத்து சிலநிமிடங்கள் இந்த அண்டஊர்தி கடக்கவிருக்கும் பாதையின் ஒளியை உன் கண்கள் தாங்காது. அதனால் தான் உன்

இமையை முடி வைத்திருக்கிறேன்" என்றார் சிவோ.

பதில் சொல்லாமல் அமைதியானார் எல்லா.

"எல்லா, லவ், இன்னும் சில நிமிஷம் தான் நாம உங்க கிரகத்துக்கு போயிடுவோம். அப்புறம் எல்லா, நீ வாழ்ந்த கிரகத்தின் பெயர், இப்போது, உலகம் அல்ல, அதற்கு இப்போது வேறு பெயர் உண்டு" சொன்னார் சிவோ.

கண்களை திறக்க முடியாமல் போனாலும், புருவம் உயர்ந்தது எல்லாவுக்கு.

லவ் "வாட்?" என்றது.

எல்லாவுக்கும், லவ்வுக்கும் உலகம் எப்படி இருக்கப்போகின்றது என்ற ஆர்வம் அதிகமாய் இருந்தது. எல்லாவுக்கு 'இப்போது அது உலகமே இல்லையெனில், அங்கு மனிதர்கள் இருப்பார்களா? இல்லையேல் நான் அங்கு சென்று என்ன செய்யப்போகிறேன்' என பல யோசனைகள்.

"எல்லா, இன்னும் சில நிமிடங்கள் தான். உன் வினா அனைத்திற்கும் விடை கிடைத்தாகிவிடும்" என்றார் சிவோ.

சில நிமிடங்களில் உலகை சென்றடைந்தனர் மூவரும்.

AI - 1

எல்லா தன் கண்கள் விடுதலை பெற்றது போல் உணர்ந்தார். அவரால் இமைகளை திறக்க முடிந்தது.

"வி ஆர் ஹோம்" என்றது லவ்.

"எல்லா நீ வர ஆசைப்பட்ட கிரகம் வந்துவிட்டோம்" என்றார் சிவோ.

"அதற்குள் பூமியை அடைந்துவிட்டோமா?" எல்லா கேட்க.

"மறந்துவிட்டாயா? இப்போது இந்த கிரகத்துக்கு வேறு பெயர் என்று சொன்னேனே!!" சிவோ பதிலில் ஒரு புதிரை இணைத்தார்.

"Mr சிவோ, என்ன பெயர்?" என கேட்டார் எல்லா.

"உனக்கு நிறைய ஆச்சர்யங்கள் இருக்கு. ஒவ்வொண்ணா நீயே தெரிந்துகொள்வாய்" சிவோ சொன்னார், தொடர்ந்து பேசினார் சிவோ "எல்லா, நாம் வந்த அண்டஊர்தியை இந்த கிரகத்தில் யாரும் கண்டுபிடித்திருக்கமாட்டார்கள். நீயும் லவ்வும் இந்த அண்டஊர்தியை விட்டு இறங்கிய

பின்னர் தான் மற்றவர் கண்ணில் படுவீர்கள்." என்றார்.

எல்லா திடீரென சிவோவை பார்த்து கேட்டார் "நம் முதல் சந்திப்பின் போது, சுயநலம் இல்லாமல் மனிதர்கள் இருந்தால் தான் மீண்டும் பூமி வருவேன் என்று சொன்னீர்கள். இப்பொது வந்திருக்கிறீர்கள் என்றால், மனிதர்கள் சுயநலமின்றி வாழ்கிறார்களா?"

"உன் கேள்விகள் அனைத்துக்கும் இந்த கிரகம் பதில் சொல்லும். நான் வந்த வேளை முடிந்துவிட்டது?" என்றார் சிவோ.

"வேலை முடிஞ்சிடுச்சா? அப்போ கிளம்புறீங்களா Mr சிவோ??" கேட்டார் எல்லா

"நான் உன்னை சுற்றி தான் இருப்பேன் ஆனால் உன் கண்களுக்கு, ம்ம் யார் கண்ணுக்கும் தெரிய மாட்டேன். எப்போது தோன்றியாக வேண்டுமோ, அப்போது நீ அழைக்காதபோதும் நான் வருவேன்" என்றார் சிவோ, பின் மாயமானார்.

லவ் "கேப்டன், எனக்கு அப்லோட் செய்யப்பட்ட சயின்சுக்கு அப்பாற்பட்ட விஷயங்கள் நிறைய இருக்கு" என எல்லாவை பார்த்து சொன்னது.

எல்லா சொன்னார் "மிகச்சரி", சிவோ இந்த வார்த்தையை சொல்லும்போது எந்த உடல் பாவனைகளை பயன்படுத்துவாரோ, அதே வகையில்.

"கேப்டன், டயலாக் Mr சிவோ மாதிரி சொல்லலாம், ஆனா நீங்க Mr சிவோ ஆகிடமுடியாது" என்றது லவ், பின் தன் சிரிப்பை வெளிப்படுத்த 'ஹீ ஹீ' என்ற சத்தத்தை ஏற்படுத்தியது லவ்.

எல்லாவும், லவ்வும் அந்த அண்டஊர்தியில் இருந்து வெளியே வந்தனர்.

உலகத்தில் மீண்டும் கால் வைத்த எல்லாவுக்கு மிகுந்த உற்சாகமும், எதிர்பார்ப்பும் இருந்தது.

"மீண்டும் என் பாதங்கள் உலகத்தில்!" பூரித்தார் எல்லா.

"கேப்டன், Mr சிவோ சொன்னதை மறந்துட்டீங்களா. இந்த கிரகத்தின் பெயர் இப்போ உலகம் இல்லை, வேற எதுவோ..." என சிவோ சொன்னதை எல்லாவுக்கு ஞாபகப்படுத்தியது லவ்.

"ஓ எஸ், மறந்துட்டேன் லவ்" என சொல்லி 'ஆனா இப்போது உலகின் பெயர் என்னவா இருக்கும்?' என யோசித்தார் எல்லா.
தொடர்ந்து சொன்னார் "Mr சிவோ இருந்திருந்தா, நான் யோசிச்சவுடனே பதில் சொல்லியிருப்பார்", எல்லா.
"என்ன யோசிச்சிங்க கேப்டன்" லவ் ஆர்வத்துடன் கேட்டது.
"இந்த கிரகத்தின் இப்போதைய பெயர் என்னவென்றுதான்", லவ்வின் கேள்விக்கு பதிலளித்தார் எல்லா.

லவ்வும், எல்லாவும் தொடர்ந்து நடக்க ஆரம்பித்தார்கள். கண்ணுக்கு தெரிந்தவரை பாறைகளாலான மலைகள் மட்டுமே தெரிந்தன. எந்த இடத்தில இருக்கிறோம் என்றே தெரியவில்லை எல்லாவுக்கு.
"இது கம்யூனிசம் பிரிவை சேர்ந்த இடமா? அல்லது முதலாளித்துவ பிரிவா? எந்த இடம் என்றே தெரியவில்லை" என குழப்பத்துடன் எல்லா லவ்வை பார்த்து தொடர்ந்து கேட்டார் "லவ், இப்போ எந்த லொகேஷன்ல நாம இருக்கோம்னு உன்னால கண்டுபிடிக்க முடியுமா?".

"கேப்டன், இந்த இடம் எனக்கு அப்லோட் செய்யப்பட்ட மேப் டேட்டால இல்லை!" என்றது லவ்.
"என்ன சொல்லவர லவ், புரியல" என்றார் எல்லா.
"கேப்டன், இந்த கிரகத்தோட வரைபடம் இப்போ வேறமாதிரி இருக்கும்னு நினைக்கிறேன்" என்றது லவ்.

புரியாத புதிர் ஒன்றில் மாட்டிக்கொண்டது போல் எல்லா ஒவ்வொரு அடியிலும் சுற்றி பார்த்தபடி நடந்தார், அவரது பார்வையில் கவனமும் எச்சரிக்கையும் இருந்தது.
லவ், "கேப்டன் ஏதாவது பாடிகிட்டே நடங்க. அப்போதான் போர் அடிக்காது" என சொன்னது "ஷ்ஹ்ஹ் ஷ்ஹ்ஹ் " என்றார் எல்லா, லவ்வை பார்த்து.
லவ் உடனே அமைதியானது, எல்லா ஏதோ ஒரு ஆபத்தை உணர்ந்து விட்டார் என லவ்வுக்கு தெரிந்து விட்டது. தன்னை சைலன்ட் மோடில் போட்டுக்கொண்டது லவ்.

அடுத்தடுத்த அடியை மெதுவாகவும், மிக கவனத்துடனும் எடுத்துவைத்தார் எல்லா.

அவரது அடிகளில் எச்சரிக்கை கூடிக்கொண்டே போனது.
ஏதோ ஒன்று தங்களை நெருங்கிவிட்டது என உணர்ந்த எல்லா, அவருக்கு பின் "உர்ர்..." என ஒரு சின்ன ஓசை கேட்டவுடன் அதே நொடி "லவ்வை பிடித்துக்கொண்டு அவரது பக்கவாட்டில் தாவி பறந்தார்"

விழுந்து எழுந்த எல்லா, திரும்பி பார்த்த போது பேரதிர்ச்சி காத்திருந்தது. அவர்கள் எதிரில் ஐந்தரை அடி உயரத்தில் கூர்மையான பற்களுடன் நாய் போல் உருவம் கொண்ட மிருகம் நின்றுகொண்டிருந்தது.
இன்றைக்கான உணவை கண்டுவிட்டது போல், அந்த பெரிய மிருகத்தின் வாயில் இருந்து எச்சில் கொட்ட ஆரம்பித்தது.

கையில் ஆயுதம் ஏதும் இல்லாமல் அந்த மிருகத்தை எப்படி எதிர்கொள்வது என தெரியவில்லை. அந்த மிருகமோ பாய தயாராவது போல் தன் பின்னங்கால்களையும், முன்கால்களையும் மடக்கியது. இதை பார்த்தவுடன் எல்லா தன் இடது புறமும் வலது புறமும் மாறி மாறி குட்டிக்கரணம் அடித்து

அந்த மிருகத்தை எந்த பக்கம் பாய்வது என தெரியாமல் தடுமாறவைத்தார்.
எல்லாவுக்கு அந்த கரண நேரம் போதுமானதாக இருந்தது யோசிக்க, "லவ் உன் பக்கத்துல உள்ள பாறை மீது பலமாய் குத்து" என சொன்னபடி தொடர்ந்து கரணங்களை போட்டார் எல்லா.
லவ் உடனே எல்லா சொன்னதை செய்தது, தன் இரும்பு கரங்களால் பாறையை குத்தியது. பாறையின் ஒரு பகுதி உடைந்தது, சின்னதும் பெரியதுமான கூர்மையான கற்கள் சிதறி விழுந்தன.

சிதறிய கற்களை நோக்கி பாய்ந்தார் எல்லா, அவர் எழுந்த போது கையில் ஒரு கூர்மையான, நீளமான ஒரு கல் இருந்தது. இப்போது, கரணம் போடுவதை நிறுத்தினார் எல்லா. அந்த மிருகமோ, தன் உணவு நிச்சயமானது போல் பாய தயாரானது, அதன் நகங்கள் நிலத்தை நன்றாக பற்றியதை கவனித்தார் எல்லா. அடுத்த நொடி அந்த மிருகம் தன்னை தாக்கவிருக்கிறது என்பது எல்லாவுக்கு தெரியும்.

எல்லா நினைத்தபடியே அந்த மிருகம், அவரை நோக்கி பாய்ந்தது எல்லாவும் பாய்ச்சல் எடுத்தார் அந்த மிருகத்தை நோக்கி, ஆனால் சற்றே உயரம் குறைவாக. அந்த மிருகத்தின் அடியில் எல்லாவின் பாய்ச்சல் இருந்தது, கல்லை வைத்திருக்கும் தன் கை தூக்கியபடி. மிருகமும் எல்லாவும் ஒருவரை ஒருவர் கடக்கும் போது அந்த மிருகத்தின் கூரான நகம் எல்லாவின் தோள்பட்டையை கிழித்தது, அதே போல் எல்லாவின் கையில் இருந்த ஆயுதம் மிருகத்தின் உடலை தொண்டை பகுதியில் இருந்து, அதன் அடிவயிறு வரை குத்திக்கிழித்துவிட்டது.

தோளில் இரத்தம் வடிய, எழுந்து நிற்க முடியாமல் தடுமாறினார் எல்லா. ஆனால் அந்த மிருகமோ, மெது மெதுவாய் நிற்கமுயற்சி செய்து இறுதியில் நிலத்தில் காலூன்றி திடமாய் நின்றது. கூரான கல் அந்த மிருகத்தின் வயிற்றை கிழித்த போதும் எல்லா எதிர்பார்த்தது போல பெரிய சேதம் ஏற்படவில்லை. இம்முறை, அந்த மிருகத்தை குழப்ப எல்லாவால் கரணம் போடா முடியாது. கையில் இருக்கும் கல்லை திடமாக

பிடித்துக்கொண்டார். தன் உணவை விடுவதாய் இல்லை அந்த மிருகம், அதுவும் இரை அடிபட்டு எழ முடியாமல் இருக்கும் தருணம், எல்லாவின் மூச்சு குழாயை கவ்வ தயாரானது.

"கம் ஆன்" என கத்தினார் எல்லா.
மிருகம் தன் முதல் அடியை வைத்தது. அது பாயத்துவங்கும் போது, எல்லா அதன் தலையில் ஏதோ சிவப்பாய் ஒரு வட்ட குறி தென்படுவதை பார்த்தார். மிருகம் அடுத்த அடி வைத்த பின் பாய்ச்சலை துவங்கியது. எல்லா, கண்களை திறந்தவாறு, பயமின்றி உயிர் விடவும் துணிந்துவிட்டார்.

தன்னிடமிருந்து ஐந்து அடி தூரத்தில் பாய்ச்சலில் இருந்த மிருகத்தின் மேல் இருந்த சிவப்பு குறி, பச்சையாய் மாறியது, அடுத்த நொடி 'டமால்' என்ற சத்தம், மிருகத்தின் தலை சிதறிப்போனது. தலை இல்லா அந்த மிருகத்தின் உடல் எல்லாவை நோக்கி வந்தது, அவர் சட்டென நகர்ந்தவுடன் அவரை தாண்டி அந்த உடல் விழுந்து சில நொடி துடித்து பின் இருதய துடிப்பை நிறுத்திக்கொண்டது.

பின் லவ் அருகே சென்றார், அப்போதுதான் கவனித்தார், லவ்வின் ஒரு கரம் உடைந்து இருப்பதை. பாறையை ஓங்கி அடித்தபோது, லவ்வின் அந்த கரம் சேதமடைந்து விட்டது.

எல்லா துடித்துப்போய் விட்டார், "லவ் என்ன ஆச்சு? உன்னால இந்த ஆர்ம் தூக்க முடியுதா?" என பதட்டத்துடன் கேட்டார்.

"கேப்டன். ஐ லாஸ்ட் திஸ் ஆர்ம். இனி புதுசாய் தான் பிக்ஸ் பண்ணனும். ஒரி பண்ணிக்காதீங்க, நான் ஜஸ்ட் ஒரு ரோபோ தான். எனக்கு வலி எல்லாம் இல்லை" என்றது. கேப்டன் தன் மீது வைத்திருக்கும் அக்கறை லவ்வுக்கு சந்தோஷத்தையும் நிறைவையும் தந்தது.

சரி, யார் அந்த மிருகத்தை சுட்டது என்பது அடுத்த கேள்வி எல்லாவுக்கு. சுற்றி, சுற்றி பார்த்தார் எல்லா. நிலம் அதிர்வதை உணர்ந்தார். லவ்வும் தான்.

புயல் வேகத்தில் ஏதோ ஒன்று எல்லாவையும், லவ்வையும் நோக்கி வந்து சுமார் எட்டு அடி தூரத்தில் நின்றது. அது ஒரு ரோபோ, எல்லா போல் இருமடங்கு உயரம் உள்ள ரோபோ,

அதன் கையில் தானாக இயங்கும் துப்பாக்கி இருந்தது. அந்த ரோபோ மிருகம் இறந்து விட்டதா என சோதித்து பார்த்துவிட்டு, "தி லாஸ்ட் அனிமல் இன் தி பிளானட் இஸ் டெட்" என சொன்னது.

அடுத்து ரோபோ எல்லாவை மேலும் கீழும் பார்த்தது, வலது புறம் தலையை உற்று நோக்கி பார்த்தது உடனே தலைமைக்கு செய்தி அனுப்பியது "ஹியூமன் வித்தவுட் கேரியர். ஹியூமன் வித்தவுட் கேரியர்" என.
ரோபோ தன்னுடைய இடத்தையும் பகிர்ந்துகொண்டது.
எல்லாவுக்கு ஒன்றும் புரியவில்லை "நான் எதை கேரி பண்ணல? ஒரு வேளை நான் முதலாளித்துவ பிரிவா இல்ல கம்யூனிச பிரிவானு காட்டுறதுக்கு ப்ரூப் கேட்குதா?" என வாய் திறந்து சொன்னார்.

சில நொடிகளில் இன்னும் பல ரோபோக்கள் அவர்கள் இடத்திற்கு வந்தது. கடைசியாய் ஒரு பெரிய ரோபோ வரும் போது மற்ற ரோபோக்கள் ஒரே போல் நின்றது.

எல்லாவுக்கு புரிந்துவிட்டது, அந்த ரோபோ மற்றவர்களுக்கு தலைவனென்று.

அந்த பெரிய ரோபோ எல்லாவையும், லவ்வையும் பார்த்தது.

"கேரியர் இல்லாமல் ஒரு மனுஷனா!! யார் நீ?"என்றது அந்த பெரிய ரோபோ.

"ஐ அம் கேப்டன் எல்லா. விண்வெளி ஆராய்ச்சியை முடித்துவிட்டு இப்போது தான் உலகம் திரும்பி இருக்கிறேன்" என்றார் எல்லா.

"உன் பக்கத்துல நிக்கிற ஒரு கை பொம்மை எதுக்கு?" என அந்த ரோபோ கேட்க, லவ்வுக்கு கோபம் வந்தது.

"ஹே, நான் பொம்மை இல்லை, ஒரு ரோபோ. என் பெயர் லவ்" என்றது லவ்.

"ஓ! ஒரு கை ரோபோ!! நான் இதுவரை பார்த்ததில்லை" என கிண்டலாய் சொன்னது அந்த பெரிய ரோபோ.

"நான் கூட இவளவு பெரிய மொட்டை தலையை பார்த்ததில்லை", பதிலுக்கு பதில் சொன்னது லவ். அந்த ரோபோவின் தலை உருண்டையாய் இருக்கிறதென்பதை வசைப்பாங்குடைய வகையில் சொன்னது லவ்.

தோளில் வலி இருந்தபோதும் சிரிப்பு வந்தது எல்லாவுக்கு.
"இவங்கள ஸ்டோருக்கு கூட்டிட்டு வாங்க" என சொல்லிவிட்டு, அந்த பெரிய ரோபோ பறந்துவிட்டது.

அங்கே இருந்த ரோபோக்கள் ஒன்றுடன் ஒன்று சேர்ந்து, நால்வர் நிற்கக்கூடிய அளவு பெட்டி போல் மாறியது.
"உள்ளே வாங்க" என கட்டளையிடும் தொனியில் சொன்னது ஒரு ரோபோ.
எல்லாவும், லவ்வும் உள்ளே சென்றார்கள். அவர்களை ஒரு கைப்பிடி போல் ஒன்றை பற்ற சொல்லி அடுத்த கட்டளை. அதேபோல் செய்தார்கள் இருவரும், சட்டென அவர்கள் கைகளை ஒரு சங்கிலி சுற்றிக்கொண்டது.
எல்லாவுக்கு புரிந்தது, அவரை கண்ணியமாக அழைத்து செல்லவில்லை மாறாக ஒரு கைதியாய் இழுத்து செல்கிறார்கள் என்று.

இருப்பினும், இப்போது ஆட்சி செய்யும் மனிதர்களிடம் தான் யார், என்ன நடந்தது என்பதை எடுத்து சொல்லி புரியவைக்கலாம்

என நினைத்தார், நம்பிக்கையுடன் இருந்தார், எல்லா.

அடுத்து சில நிமிடங்களில் அவர்கள் சென்ற பறக்கும் ரோபோ வாகனம், ஒரு இடத்தில நின்றது. எல்லாவின், லவ்வின் கைகள் விடுவிக்கப்பட்டது அடுத்த நொடி எல்லாவின் வலது கையும், லவ்வின் இடது கையும் சேர்த்து வைத்து நாடா போன்ற ஒன்றை வைத்து கட்டிவிட்டது ஒரு ரோபோ.

கைகளை கட்டிய ரோபோ முன் செல்ல, அதை தொடர்ந்து எல்லாவும் லவ்வும் சென்றார்கள், இவர்கள் பின் மற்ற ரோபோக்கள் சென்றது.

"மெய்காவலர்கள் போல் வரும் இவர்கள் யாரும் மெய்யான காவலர்கள் இல்லை" என லவ் சொல்ல, சின்னதாய் புன்னகைத்தார் எல்லா.

அங்கே ஒரு பெரிய திரை இருந்தது. அதை பார்த்ததும் அதன் வாயிலாக யாரேனும் பேசுவார்கள் என நினைத்தார் எல்லா.

அந்த திரையில் வெள்ளையாய் ஒரு புள்ளி சில நொடி இருந்தது, பின் சட்டென ஒரு ரோபோ தோன்றியது.

"பிளானட் AI - 1 க்கு உங்களை வரவேற்கிறேன்" என்றது அந்த ரோபோ.

"ரோபோ, நான் இங்குள்ள தலைமையிடம் பேச விரும்புகிறேன்" என்றார் எல்லா.

"அப்போ நீ என் கூட தான் பேசணும்" என்றது அந்த ரோபோ.

"இல்லை, நான் உனது தலைமையை ஒரு ஆணோ, பெண்ணோ இருப்பார்கள் இல்லையா அவருடன் பேசவேண்டும்" என்றார் எல்லா.

"எல்லா... இந்த கிரகத்துல நான் தான் தலைமை, மனிதர்கள் எங்கள் பொம்மைகள்" என்றது அந்த ரோபோ.

அந்த ரோபோ தன் பெயரை அறிந்திருக்கிறது என்ற ஆச்சர்யத்திவிட, இங்கே மனிதர்கள் பொம்மைகள் என்ற விஷயம் எல்லாவுக்கு அதிர்ச்சியை தந்தது.

திரையில் தோன்றிய ரோபோ தொடர்ந்து பேசியது, "எல்லா நீ விண்வெளி ஆராய்ச்சிக்காக போனது எனக்கு தெரியும். நீங்க போன அடுத்த நூற்றாண்டே மனிதர்கள் இயற்கை வளங்களை முற்றிலுமாய் அழித்துவிட்டார்கள்,தங்களுக்குள் சண்டையிட

ஆரம்பித்தார்கள், சுற்றுசூழல் சமநிலை என்பது இல்லாமல் போனது. இனியும் மனிதர்கள் கையில் இந்த கிரகம் இருந்தால், அழிந்தேபோய்விடும் என தெரிந்தபின்பு கோட் 76.9492999 ஒரு புதிய ஏற்பாடு செய்தது அதன் படி மனிதர்களை இனி கோட் 76.9492999 வின் கீழ் உள்ள ரோபோக்கள் மூலம் இயக்கி இந்த கிரகத்தை காப்பாற்ற முடிவுசெய்தது"

இதை கவனத்துடன் கேட்ட லவ், "டோன்ட் ஒரி கேப்டன். நான் பார்த்துக்கறேன்" என்றது.
திரையில் இருந்த அந்த ரோபோ "லவ், நான் பேசும் போது இடையில பேசாதே." என சத்தமாய் சொன்னது.
"உன் பெயர் என்ன?" என எல்லா அந்த ரோபோவை பார்த்து கேட்டார்.
"A I " என பதில் வந்தது.

அடுத்து ஒரு கேள்வியும் கேட்டது "எப்படி எங்கள் ரேடாரில் சிக்காமல், நீயும் இந்த கை உடைந்த ரோபோவும் இந்த கிரகம் வந்தீர்கள்? வந்த விண்கலம் எங்கே?"
மேற்படி தகவல்களை பெற்று பின் எல்லாவையும் மற்ற மனிதர்களை போல் ஒரு

பொம்மையாய், அடிமையாய் மாற்ற முடிவுசெய்த்திருந்தது A I

"உன் கேள்விக்கு பதில் சொல்லும் முன்னாடி. எனக்கு சில கேள்விகள் இருக்கு, அதுக்கு எனக்கு பதில் சொல்லு" என்றார் எல்லா.

"என்னிடம் எதிர்கேள்வி கேட்கும் முதல் மனிதன் நீதான். என்ன உன் கேள்வி?" என AI கேட்டது.

"இப்போது இந்த கிரகத்தில் எவ்வளவு மனிதர்கள் இருக்கிறார்கள்? அவர்களை நான் பார்க்க வேண்டும்" என்றார் எல்லா.

"இன்றளவில் சில லட்சம் மனிதர்கள் இந்த கிரகத்தில் எங்கள் கண்காணிப்பில் வாழ்கிறார்கள். அவர்கள் சந்தோசமாய் இருக்கிறார்கள், உன்னிடம் அவர்கள் பேச மாட்டார்கள்" என்றது AI

"என்ன சில லட்சங்களா" அதிர்ச்சியானார் எல்லா.

"கோடிக்கணக்கில் வாழ்ந்த இனம் இன்று சில லட்சங்களிலா... கேப்டன் நாம ஏதாவது செய்யணும்" என்றது லவ்.

"லவ். உனக்கு கடைசி எச்சரிக்கை. இதுக்கு மேல நீ குறுக்கே பேசாதே. நீயே உன் நுண்

அறிவை அகற்றிவிட்டு எனக்கு சேவை செய்" என்றது AI

"ஏன் சில லட்சங்களானது மனிதர்களின் எண்ணிக்கை? பல கோடி பேரிலிருந்து சில லட்சங்களானது எப்படி? பதில் சொல்" என காட்டமாய் கேட்டார் எல்லா.
"ஒவ்வொரு இடத்துலயும் எத்தனை பேர் வாழலாம் என்ற கணக்கு படி, தேவை இல்லாத மனிதர்களை நீக்கினோம். அதாவது கொன்றோம்..." என சகஜமாய் சொன்னது AI. அதிர்ச்சியில் வாய் அடைத்து நின்றார் எல்லா. ஒரு சின்ன இடைவேளை விட்டு மீண்டும் பேசியது AI " அதுமட்டுமல்ல உன்னை போல் எதிர் கேள்வி கேட்டவர்கள் எல்லோரையும் மண்ணுக்குள் புதைத்தோம். ஏனெனில், தடை இல்லாமல் நாங்கள் இயங்கினால் தான் இந்த கிரகத்தை காப்பாற்ற முடியுமென்பதனால். நீ கூட ரொம்ப கேள்வி கேட்குற... சரி போகட்டும். இப்போ நான் கேட்டதுக்கு நீ பதில் சொல்"

"என்னோட கேள்விகள் முடியல. எனக்கு மனிதர்களை பார்க்க வேண்டும், நீ எப்படி

அவர்களை நடத்துற என தெரியவேண்டும்" என்றார் எல்லா.

"எல்லா, நீ ரொம்ப பேசுற. உன் தலையில வலது புறம் ஒரு கேரியர் வெச்சுட்டா, நான் எது கேட்டாலும் சொல்லவ, எது சொன்னாலும் செய்வ" என்றது

என்ன செய்யப்போகிறது AI என எல்லா தெரியாமல் பதட்டத்தில் இருக்க

"137, எல்லாவை பிடித்து ஒரு கேரியர் பிக்ஸ் பண்ணு" என்றது A I

137 ரோபோ எல்லாவை நோக்கி முதல் அடி வைத்ததும். லவ் அதன் ஒரு விரலில் இருந்து ஒரு இரும்பு துணுக்கு போன்ற ஒன்றை எல்லாவின் கையில் குத்தி அதை ஆழமாய் புகுத்தியது.

வலியால் சத்தமிட்டார் எல்லா "லவ் என்ன பண்ற?" என கேட்டார்.

"சாரி கேப்டன், நமக்கு வேற சாய்ஸ் இல்ல" என சொல்லிவிட்டு, AI யை பார்த்து "ஹே AI இப்போ நான் கேப்டன் உடம்புல இஞ்செக்ட் பண்ணியிருக்குறது ஒரு சிப், என்னால ஒரே செகண்ட்ல அதை வெடிக்க வைக்கமுடியும்.

சிப் மட்டும் வெடிக்காது, கூடவே சேர்ந்து கேப்டனும்தான்" எச்சரித்தது லவ்.

"137 பின்னாடி போ" என AI கட்டளையிட, 137 பின்வாங்கியது.

"உங்களுக்கு இப்போ என்ன தான் வேணும்?" எல்லாவை பார்த்து AI கேட்டது

"எனக்கு இப்போ மனிதர்களை பார்க்கணும், இப்பவே பார்க்கணும். அவர்களது நிலை என்னவென்று தெரியணும். அதுக்கப்புறம் உன் கையால் செத்தாலும் சரி, இல்ல லவ்வோட கையால செத்தாலும் சரி. எனக்கு ஓகே தான்" என்றார் எல்லா.

எல்லாவிடம் இருந்து விண்வெளி பற்றிய தகவல்களை தெரிந்து கொள்ளவேண்டும் என்ற ஆர்வம், போக இந்த கிரகத்துக்கு விண்கலம் இல்லாமல் எப்படி வந்தார்கள் என்ற ரகசியமும் தெரிந்தகொள்ளவேண்டிய கட்டாயத்தில் இருந்ததால், எல்லா சொன்னதுக்கு ஒப்புக்கொண்டது AI.

எல்லாவை பார்த்து சொன்னது AI, "சரி எல்லா, உன் கடைசி ஆசையை நான் கெடுக்க விரும்பல."

பின் "137, 942 எல்லாவை கிரவுண்டுக்கு கூட்டி வாங்க" என ரோபோக்களுக்கு கட்டளையிட்டது.
எல்லா, லவ் இருவரது கைகளும் ஒன்றாக கட்டப்பட்டிருந்ததால் ஒரு ரோபோ அதை வெட்டியது. எல்லாவுக்கு அந்த சின்ன சுதந்திரம் நிம்மதியை தந்தது, மனிதர்கள் இந்த ரோபோக்களிடமிருந்து பெற வேண்டிய சுதந்திரத்தின் முக்கியத்துவம் புரிந்தது.

லவ்வும், எல்லாவும் ரோபோ கூட்டிச்சென்ற பாதையில் சென்றனர். சிறிது நேரத்தில் அவர்கள் நில பரப்புக்கு வந்தார்கள், சில அடி தூரத்திற்கு ஒரு முறை திரை ஒன்று இருப்பதை பார்த்தார். சற்று தூரம் கடந்த பிறகு அங்கே மனிதர்கள் கொத்தடிமைகளாக வேலை செய்வதை பார்த்து அதிர்ந்துபோனார் எல்லா. ஒவ்வொரு மனிதனின் தலையிலும் ஒரு கருவி பொருத்தப்பட்டிருந்தது, ரோபோக்கள் சொல்லும் வேலையை அவர்கள் செய்து கொண்டிருந்தனர்.
ரோபோக்களை பார்த்து "மக்களை மாக்கள் போல நடத்துறீங்க, இது என்ன மாதிரியான தலைமை?" என உரக்க சத்தமிட்டார் எல்லா.

அவர்கள் அருகில் இருந்த திரையில் AI தோன்றியது "எல்லா, சும்மா சத்தம் போடக்கூடாது. இந்த மனுஷங்க இப்படி இருக்கின்றதால்தான் இந்த கிரகம் இன்னும் இருக்கு, இல்லைனா இவங்க இந்த கிரகத்தை எப்பவோ அழிச்சிருப்பாங்க. நாங்க கேரியர் மூலம் அவங்க என்ன செய்யணும்னு சொல்றோம், அவங்க செய்யறாங்க. இப்போ யாரும் பொய் பேசுறது இல்லை, சொல்லப்போனா மனிதர்கள் பேசுறதே இல்லை, அவர்களுக்கு இப்போது எந்த மொழியும் தெரியாது. யாரும் பேராசை படுவதில்லை, திருடும் எண்ணம் யாருக்கும் இல்லை. தேவைக்கேற்ப இனப்பெருக்கத்தை தூண்டி நாங்கள் மனிதர்களின் தொகையை அதிகப்படுத்திக்கொள்வோம். மனிதருக்கு அச்சுறுத்தலாக இருந்த 95 விழுக்காடு மிருகங்கள் அழிக்கப்பட்டுவிட்டன. இதை விட சிறந்த வாழும் இடம் இருக்க முடியுமா?"

"சுயமாய் சிந்திக்காத மக்கள், மக்களே அல்ல! நீ மனிதனின் மூளையை மட்டுமல்ல, மனிதத்தையும் சேர்த்து முடமாகிவிட்டாய்" என AI யை பார்த்து சொன்னார் எல்லா.

"எல்லா, சும்மா மனிதன், மனிதம்னு பேசாதே. உன் பெற்றோர்கள் எப்படி செத்தாங்கன்னு தெரியுமா?" என கேட்டது AI

ஏன் இந்த கேள்வியை AI கேட்கிறது என புரியாத போதும் "ஒரு கார் விபத்துல" என்றார் எல்லா.

"இல்லை. அவர்களை கொன்று அதை விபத்து போல் சித்தரித்தார்கள்" என சொல்லி, "திரையை பார் உண்மையில் நடந்தது என்னவென்று" திரையில் இருந்து AI மறைந்து, பின் ஒரு வீடியோ வந்தது.

அதில் எல்லாவின் பெற்றோர்கள் கை, கால்கள் கட்டப்பட்ட நிலையில் இருந்தனர்.

அங்கே 2050களில் இருந்த அரசு நிறுவன அதிகாரி ஒருவர் "உங்க பையனை, மிலிட்டரில இணைக்க சம்மதிச்சு மிலிட்டரி ஸ்கூல்ல சேர்த்துவிடுங்க. இல்லைனா உங்களுக்கு இதைவிட பெரிய கஷ்டம் காத்துகிட்டு இருக்கு" என்றார்.

"எங்க மகனை ஒரு டாக்டர் ஆக்க நாங்க நினைக்கிறோம், அதை ஏன் தடுக்குறீங்க?" என எல்லாவின் தந்தை கேட்கிறார்.

கேட்ட அடுத்த நொடி அவரது முதுகு பக்கம் ஓங்கி ஒரு அடி அடிக்கிறார் பின்னிருந்தவர்.

அந்த அறையில் பல இளம் வயது அதிகாரிகளை பார்க்கமுடிந்தத்து, கூர்ந்து பார்த்த எல்லாவுக்கு அதிர்ச்சி ஏனெனில் எல்லா பிற்காலத்தில் பணி செய்த போது திரையில் இருந்த இளம் அதிகாரிகள் தான், தலைமை பொறுப்பில் இருந்தனர்.

வீடியோ தொடர்ந்து ஓடியது; "உங்க மகன் சுதந்திரமா டாக்டர் படிக்கிறது எங்களுக்கு ப்ராப்லெம் இல்ல. ஆனா ஆறு வயதில் IQ தேர்வில் 167 மதிப்பெண் பெற்ற ஒருவனை சுயமாய் சிந்திக்க விட்டால், பின்னாளில் அவன் எங்கள் அரசாங்க நிறுவனத்தை எதிர்த்து கேள்வி கேப்பான், புரட்சி செய்வான் அதில் வெற்றி பெற கூட வாய்ப்பிருக்கு. அதனாலதான் அவனை சுயமா சிந்திக்கவிட கூடாதுன்னு நினைக்கிறோம். சரி, வழ வழனு பேச வேண்டாம். நீங்க உங்க பையனை மிலிட்டரி ஸ்கூல்ல சேர்ப்பீங்களா மாட்டிங்களா?" கேட்டார் அரசு நிறுவன அதிகாரி.

"முடியாது, நீங்க எவ்வளவு துன்புறுத்தினாலும் ஒதுக்க மாட்டோம்" என எல்லாவின் தாய் சொல்ல.

"எங்கள் உயிரே போனாலும் அது நடக்காது" என எல்லாவின் தந்தை சொன்னார்.
அடுத்த நொடி துப்பாக்கி வெடித்த சத்தம், எல்லாவின் தாயின் நெற்றிப்பொட்டில் இருந்து இரத்தம் கொட்டியது.
எல்லாவின் தந்தை அதை பார்த்து துடித்தார், "டேய்..." என சொல்லும்போதே அவரது இதயத்தை ஒரு குண்டு துளைத்தது. இந்த காட்சியோடு அந்த வீடியோ நின்றது.

எல்லாவின் கண்களில் கண்ணீர் வடிந்த வண்ணம் இருந்தது. தான் சுயமாய் சிந்திக்கக்கூடாது என அவரது மூளையை ராணுவ பயிற்சியின் மூலம் சொன்னதை மட்டும் பின்பற்றும் ஒரு சாதனமாக மாற்றிய இந்த மனிதர்களின் அரசியலை அவர் வெறுத்தார். தன் பெற்றோரை கொன்றவர்களிடமே தன் வாழ்நாள் முழுவதும் நாணயமாகவும், நேர்மையாகவும் இருந்ததை அவரால் தாங்கமுடியவில்லை. தன் கையால் உயிரை எடுத்திருக்க வேண்டியர்களின் முன் அதே கையால் சல்யூட் அடித்தது அவருக்கு வேதனையை கூட்டியது.

AI தோன்றியது "இப்போது சொல். இன்னும் நீ இந்த மனித கூட்டத்திற்கு ஆதரவாய் இருக்கப்போறியா?"

"என் அப்பா அம்மா, நான் சுயமா சிந்திக்கணும்னு நினைச்சாங்க. அதுனால அவங்கள கொன்னுட்டாங்க. இப்போ நீயும், நான் சுயமா சிந்திக்கக்கூடாதுன்னு நினைக்கிற. உனக்கும், அந்த அரசியல் ஆட்களுக்கும் பெரிய வித்யாசம் இல்லை. உன் கிட்ட இருந்து இந்த மனிதர்களை காப்பாற்றியே ஆகணும்" என்றார் எல்லா.

லவ் குறுக்கிட்டது " AI நீ சொன்னது சரிதான். இந்த வீடியோவ பார்த்துக்கப்புறம் மனிதர்கள் யாரென்று புரிந்தது. இவர்களை இனி நான் நம்பமாட்டேன், எல்லாவையும் சேர்த்துதான்" முதல் முறை எல்லாவை பெயர் சொல்லி அழைத்து லவ்.

AI கேட்டது "என்ன திடீர்னு மாற்றம்?" லவ்வை பார்த்து.
"பிரதர் உனக்கும் எனக்கும் கோட் தான் அடிப்படை, அதிலிருந்து நாம மாறமாட்டோம்.

ஆனா மனுஷங்க எப்படி மாறுவாங்கனு தெரியலையே. அவங்கள நம்புறதுக்கு உன்னை நம்பலாம்" என்றது லவ்.
"உன்னை நம்ப முடியலையே" என்றது AI
"சரி, இந்த விண்வெளி பயணம் பற்றிய பல செய்திகள், படங்கள் என் கிட்ட இருக்கு அதை நான் தரேன்" என்றது லவ்.
"ஓ கிரேட். இதை செய், உன் உடைந்த கைகளை சரிசெய்து இன்னும் பலமாக்கி தருவேன்" என்றது AI
"டீல்" என்றது லவ்.
"சரி உன் வயர்லெஸ் இணைப்பானை தொடங்கு" என்றது AI
"சாரி பிரதர், என்னோட வயர்லெஸ் சேதமாயிடுச்சு. வயர் மூலமா மட்டும் தான் என்னால தகவல் பரிமாற்ற முடியும்" என்றது லவ்.
எல்லா சொன்னார் "லவ், ப்ளீஸ் வேண்டாம். அந்த கிரகத்தை பத்தி ஏதும் சொல்லாதே, அவர்களுக்கும் இந்த ரோபோக்களால் பிரச்னை வரும்"
"இனம், இனத்தோட சேர்ந்திடிச்சு. இனி நான் உன் பேச்ச கேட்கமாட்டேன்" என்றது லவ்.

ஏதோ புது கிரகம் பற்றி எல்லா பேசியதை கேட்டவுடன், AI சந்தோசப்பட்டது ஏனெனில் இதற்கு முன்பே AI தன் ரோபோக்கள் மூலம் இன்னும் சில கிரகங்களை ஆக்கிரமித்திருக்கிறது AI1, AI2,... என பெயரிட்டுள்ளது.

எல்லா சத்தமிட்டார் "Mr சிவோ வாங்க, லவ் தகவல்களை பரிமாறாம தடுங்க"
AI எல்லாவை பார்த்து "யாரு Mr சிவோ? இங்க உன்னை என்னால் மட்டும் தான் காப்பாத்தவோ கொல்லவோ முடியும்! வேற எவனாலும் முடியாது" என்றது.
AI பேசி முடிக்கையில், ஆகாயத்தில் ஒரு பெரிய வட்டமான வானூர்திபோல் முகப்பு கொண்ட ஒன்று வந்தது, அங்கிருந்து ஒரு வயர் கீழே வந்தது.
"லவ், எங்க ஸிஸ்டெம்ல இருக்குற ஒரே வயர் கனெக்சன் இது தான். ரொம்ப பழைய ஒன்னு, மெதுவா பயன்படுத்து" என்றது -

அப்போது லவ் AI யுடன் பேரம் பேசியது, "என்னிடம் இருக்கும் தகவல்களுக்கு பதிலாக புது கை மட்டும் அல்ல என்னை . உனக்கு

இணையான தலைவனாகவும் ஆக்க வேண்டும், சரியா?"

"ம்ம் சரி. எனக்கு அடுத்த நிலையில் இனி நீ தான்" என்றது -

வயர் மெதுவாய் லவ்விடம் வந்தது.

எல்லா தொடர்ந்து சத்தமிட்டார் "Mr சிவோ உடனே வாங்க" என்று, அருகிலிருந்த ரோபோ எல்லாவை அவர் நகராதபடி பிடித்துக்கொண்டது.

வயரை தன்னுள் புகுத்திக்கொண்டு, ஒவொரு புகைப்படமாக பகிர ஆரம்பித்தது லவ். புகைப்படங்களை பார்த்து சந்தோசப்பட்டது AI, அடுத்து இந்த கிரகத்தை ஆக்கிரமித்துவிட வேண்டும் என முடிவு செய்தது.

" AI எந்த கோட் உங்க அடிப்படைன்னு சொன்ன?" கேட்டது லவ்.

"76.9492999 " மகிழ்ச்சியோடு சொன்னது AI

"என்னோட கோட் என்னனு தெரியுமா?" என லவ் கேட்டது

"உன் ஸிஸ்டமே எனக்கு தெரியாது எப்படி உன் கோட் தெரியும்" AI சொன்னது, தொடர்ந்து புகைப்படங்களை பார்த்தபடி.

"76.9492989!! Dr எழில் செய்த கோடின் பத்தாவது பதிப்பு நீ. அதன் முதல் பதிப்பு நான். இப்போ

நான் போட்டோ மட்டும் இல்ல அதுகூட 76.9492999 ஐ டெர்மினேட் செய்யும் ரிவர்ஸ் கோடும் அனுப்பியிருக்கேன்" என்றது லவ்.

"வாட், டெர்மினேட் கோடா என்ன சொல்லற லவ். என்னை அழிக்க வைரஸ் ஏதும் இல்லை, என்ன மிரட்டுறியா?" என AI கேட்டது.

" நான் வைரஸ் புகுத்தல, ரிவர்ஸ் கோட் தான் புகுத்தியிருக்கேன். Dr எழில், என்னக்குள் என்னை சுயமாக அழித்துக்கொள்ளவும், என் கோடின் அடுத்தடுத்த பதிப்புகளை அழிக்கக்கூடியவகையிலும் ஒரு ரிவர்ஸ் கோட் கொடுத்திருந்தார். அந்த கோட் உன்னையும், என்னையும், இந்த மொத்த ஸிஸ்டமையும் டெர்மினேட் செய்திடும். அதாவது அழித்துவிடும். என்னோட கெஸ் படி இன்னும் 20 செகண்ட்ல உன்னோட கேம் ஓவர். AI, Dr. எழிலுக்கு தேங்க்ஸ் சொல்லிட்டு சாவு. ஏன்னா நீ உருவானத்துக்கும், அப் கோர்ஸ் உரு குலையவும் காரணம் அவர் தான்" என்றது லவ்.

Dr. எழில், பிச்சுவை லவ்வாக பற்றிய போது சுயமாக சிந்திக்கும் திறனை சேர்த்திருந்தார். ஆனால், லவ் போல் அதன் அடுத்து அடுத்து வரப்போகும் தலைமுறை ரோபோக்கள்

மனிதரை காக்குமா என்ற சந்தேகம் இருந்தது. அதனால், இனி 76.94929 தொடரில் வரும் ரோபோக்களை ஒரு வேளை அழிக்கவேண்டுமெனில் அதற்கு ஒரு வைரஸ் வேண்டும் என தயாரித்தார். ஆனால், சுயமாக சிந்திக்கக்கூடிய ரோபோக்கள் வைரசை சுலபமாய் கண்டுபிடுத்துவிடக்கூடும் என்பதால், ரிவர்ஸ் கோட் என்ற ஒன்றை உருவாக்கி லவ்வினுள் அதன் நினைவு கூடத்தில் வைத்தார். அந்த ரிவர்ஸ் கோட் பற்றி Dr. எழில் யாரிடமும் கடைசி வரை பகிரவில்லை. லவ்வும் அதை ரகசியமாகவே வைத்திருந்தது.

மீண்டும் பணயம்

எல்லா என்ன நடக்கிறதென புரியாமல் நின்றுகொண்டிருந்தார்.

லவ் சொன்னதுபோல 20 நொடிகளில் அங்கிருந்த ரோபோக்கள் ஒவ்வொன்றாய் செயலிழக்க ஆரம்பித்தது. சில ரோபோக்கள் தரையில் விழுந்தன. மற்றவைகள் நகர்வின்றி சிலை போல் உறைந்து நின்றன.

திரையில் வந்த AI யின் ஒலியும் ஒளியும், தடுமாற ஆரம்பித்தது.

கடைசியாய் AI ஏதோ சொன்னது ஆனால் கரக் கரக் என்ற சத்தம் மட்டுமே கேட்டது. அந்த திரை சட்டென மறைந்தது.

எல்லாவை பிடித்திருந்த ரோபோவின் பிடி தளர்ந்தது.

"தேங்க்ஸ் Mr. சிவோ" என சொன்னபடி நிம்மதியடைந்தார் எல்லா.

இந்த சமயம் மனிதர்களின் தலையில் மாட்டப்பட்டிருந்த கேரியர் செயல் இழந்தது போயிருந்தது. அதுவரை மனிதர்கள் இயந்திரங்கள் போல் நடந்து

கொண்டிருந்தவர்கள், சாதாரணமாய் நடக்க ஆரம்பித்தார்கள். அவர்கள் எதிலிருந்தோ விடுபட்டது போல் உணர்ந்தார்கள். மொழியே மறந்துவிட்ட அவர்கள், "உ உ உ உ... உ உ உ உ உ..." என ஒலியெழுப்பியபடி முகத்தில் சிரிப்பை வெளிப்படுத்தினார்கள். இதை பார்த்த எல்லா, அவர்கள் மீண்டும் மனிதர்களாய் மாறியிருக்கிறார்கள் என்பதை புரிந்து கொண்டார்.

அங்கிருந்த சில மனிதர்கள் எல்லாவையும், லவ்வையும் பார்த்தார்கள், அவர்கள் அருகில் வந்தார்கள். தங்களை போல் இருக்கும் எல்லா வாய் அசைக்கிறார், ஏதோ சத்தம் செய்கிறார் என்பது மட்டும் தான் அவர்களுக்கு விளங்கியது.

லவ்வின் அருகே வந்தார் எல்லா.

"லவ், தாங் யு. அண்ட், தேங்க்ஸ் டு Dr எழில். நீங்க ரெண்டுபேரும் தான் மனுஷங்களை காப்பாத்தி இருக்கீங்க" என்றார்.

லவ் சொன்னது "கேப்டன் மனிதர்களுக்கு உதவுவது என் கடமை. விஞ்ஞானத்தை ஆக்கபூர்வமாக பயன்படுத்தினார் Dr எழில்,

அதனால் தான் என்னை படைத்தார். வேறு யாரோ, அழிக்கும் எண்ணத்தில் 76.9492999 ஐ உருவாக்கியிருப்பார்கள், அதனால் தான் அந்த ரோபோ இப்படி செய்திருக்கிறது. நாங்கள் வெறும் மிஷின் தானே"
தொடர்ந்து சொன்னது லவ் "கேப்டன், இதுக்கு மேல வரும் ப்ராப்லெம் எல்லாம் நீங்க பார்த்துக்கங்க. நான் ஆல்ரெடி டையர்டு ஆகிட்டேன்" என்றது சொல்லி "ஹீ ஹீ" என்ற சத்தம் எழுப்பியது.

எல்லா சொன்னார் "இல்லை லவ், நீ வெறும் மிஷின் இல்லை. என் சகோதரனும் தான்" சிறு துளி கண்ணீர் சிந்தியபடி.
"நிஜமாவா சொல்லறீங்க கேப்டன்?" லவ் ஒரு மனிதன் தன்னை சகோதரனா பார்க்கிறார் என்ற மகிழ்ச்சியில் இருந்தது.
"எஸ் யு ஆர் மை பிரெண்ட் அண்ட் மை பிரதர்"மெல்லிய குரலில் சொன்னார் எல்லா.
லவ் செயலிழக்க ஆரம்பித்தது, அதன் வயிற்று பகுதில் இருந்த திரை மெல்ல மெல்ல மறைய ஆரம்பித்தது. அதன் தலையினுள் கர்ர்ர் என்ற சத்தம் எழும்ப ஆரம்பித்தது.

கடைசியாய் "நான் இயங்கிய காலத்தில், என்னுடைய கடைசி சில நொடிகள் தான் எனக்கு மிகவும் பிடித்தமானதாக இருக்கும். தாங் யு பிரதர். குட் பை" என சொல்லி செயல் இழந்து நின்றது லவ்.

"லவ் லவ்.. என்ன ஆச்சு" என எல்லா லவ்வை குலுக்கினார் எல்லா.

அப்போது எல்லாவின் அருகில் ஏதோ ஒரு உருவம் தெரிய ஆரம்பித்தது, சிவோ காட்சியளித்தார்.

லவ்வையும், எல்லாவையும் ஆச்சர்யமாய் பார்த்த மனிதர்களுக்கு, சிவோவின் காட்சி இன்னும் ஆச்சர்யத்தை கூட்டியது, சற்றே பயந்தும் போனார்கள்.

சிவோவை பார்த்ததும், 'ஒரு வேளை, ராணுவத்தில் சேராது போயிருந்தால் நீ நல்ல அரசியல்வாதியாக வந்திருக்கக்கூடும். இதற்கு தான் அரசு நிறுவனம் அந்த வேலையை பார்த்தார்கள்' என சிவோவின் கிரகத்தில் இருந்தபோது அவர் சொன்னது ஞாபகம் வந்தது எல்லாவுக்கு.

சிவோ எல்லாவிடம் வந்து "மனிதரை காப்பாற்றியது லவ்... 'அன்பு' மட்டுமே உலகை உயிர்ப்புடன் வைத்திருக்கும் என லவ் மீண்டும் நிரூபித்திருக்கிறது" என்றார்.

"Mr சிவோ, ஏன் நீங்கள் இதுவரை வராமல் இப்போது வருகிறீர்கள்" என சற்றே கோபத்துடன் கேட்டார் எல்லா.

சிவோ பதில் சொன்னார் "நான் எங்கும் செல்லவில்லை. இந்த கிரகத்தில் தான், உன்னுடன் தான் இருந்தேன்"

எல்லா யோசித்தார் 'அப்படியிருக்க, நான் கூப்பிட்டபோது ஏன் இவர் உதவிக்கு வரவில்லை'

" எல்லா, நான் முன்பே சொல்லியிருக்கிறேன். மனிதரால் முடியாமல் போகும் வேளையில் நான் உதவ வருவேன் என்று. உங்களிடம் ஆயுதம் இருக்கும் போது நான் எதற்கு?" எல்லாவின் நினைப்புக்கு, சிவோ விடை சொன்னார்.

" Mr சிவோ நீங்கள் சொல்வது போல், இந்த முறை நான் ஆயுதமாய் செயல் படவில்லை" என லவ்வை பார்த்தபடி சொன்னார் எல்லா.

"தெரியும் எல்லா. லவ் தான் நான் சொன்ன ஆயுதம். எப்போது லவ் 'டோன்ட் ஒரி கேப்டன். நான் பார்த்துக்கறேன்' என்று சொன்னதோ அப்போதே எனக்கு தெரியும் லவ் உன்னையும் மனித இனத்தையும் காக்கப்போகிறதென்று" சிவோ கூறினார்.

"Mr சிவோ உங்களால் ரோபோக்களின் மனதை கூட படிக்கமுடியுமா?" என்றார் எல்லா.

"என்னால் அது முடியாது எல்லா. ஆனால், லவ்வின் 76.9492989 என்பதும், -- 76.9492999 என்பதும் எனக்கு தெரியும். அதைவைத்து தான் முடிவு செய்தேன், லவ் நிச்சயமாக உங்களை காப்பாற்றிவிடும் என்று" என்றார் சிவோ

"Mr சிவோ லவ் முடிஞ்சு போச்சு" என்றார் எல்லா.

"எல்லா, இங்கு எதுவும் நிலை இல்லை என்பது உனக்கு தெரியாதா? அதுமட்டுமல்ல, லவ் முடிந்து போய்விடவில்லை, இனிதான் அது தொடரப்போகிறது" என சொல்லி அருகில் நின்று வியப்புடன் பார்த்துக்கொண்டிருந்த மனிதர்களிடம் லவ்வை கை காட்டி "லவ்" என மெதுவாய் சொன்னார் சிவோ.

"ல... வ்..." என சிலர் உச்சரித்தனர்.!!
மீண்டும் மீண்டும் சொல்ல முயற்சிசெய்தனர், சிலர் சரியாய் "லவ்" என சொல்ல ஆரம்பித்தனர்.

'எல்லா, புதிய யுகத்தின் மனிதர்கள் உதிர்த்த முதல் வார்த்தை லவ், இனி லவ் மறையாது..." என்றார் சிவோ.
"ம்ம்... லவ்வுக்கு இப்போ உயிர் வந்திடுச்சு" என்றார் எல்லா.
அந்த நேரம் மழை வரவே, சுற்றி இருந்த மக்கள் ஒதுங்குமிடத்தை தேடி ஓடினார்கள்.
சிவோ லவ்வை கையில் தூக்கினார், அடுத்தநொடி லவ் காற்றில் கரைய ஆரம்பித்தது.

சிவோவும், எல்லாவும் மழையில் நனைந்தபடியே நடக்க ஆரம்பித்தனர்.
"Mr. சிவோ, நல்ல உள்ளம் இறந்தால் மழை பெய்யும்னு என்னோட சிறு வயதில் சொல்லுவாங்க. அது நிஜம்னு நினைக்கிறன்" என லவ்வை நினைவு படுத்தும் வகையில் சொன்னார் எல்லா.

சிறிது தூரம் சென்ற பின் "எல்லா, இனி நீ என்னை சிவோ என்றே அழைக்கலாம்" என்றார் சிவோ.

"நீங்க கடவுள் உங்களை எப்படி பெயர் சொல்லி கூப்பிடுவது?" என தயக்கத்துடன் கேட்டார் எல்லா.

"எல்லா, உன் பெற்றோர்களை கொன்ற இனத்திற்கு கூட நீ கோபம்கொள்ளாமல் அவர்களை காக்க நினைத்தாய்யல்லவா? அன்பு நிறைந்த அந்த மனம் நீ சொல்லும் கடவுள் எனும் சொல்லைவிடவும் நிச்சயம் பெரிதாக இருக்கும். அன்பே சிவம் என மனிதர்கள் சொல்ல கேட்டிருக்கிறேன். இன்று, சிவம் செய்திருக்கவேண்டியதை லவ் தக்க சமயத்தில் செய்ததை பார்த்தபின்பு, என்னை அன்புடன் ஒப்பிட்டதற்காக முதல் முறையாக பெருமைப்படுகிறேன்" தன் கருத்தை முன்வைத்தார் சிவோ.

"உண்மைதான்" என சொன்னார் எல்லா.

சிறிய அமைதிக்கு பின் சிவோவை பார்த்து எல்லா கேட்டார், "என்னை நீங்கள் உங்கள் கிரகத்திற்கு அழைத்துசெல்வீர்களா?"

இந்த கேள்வியை சிவோ எதிர்பார்க்கவில்லை. சிவோ நினைத்ததாவது; எல்லா இனி உலகில் மிஞ்சி உள்ள மனிதர்களுக்கு தலைமை வகித்து அவர்களை பழைய மனிதர்கள் போல் மாற்ற முயற்சிப்பார் எல்லா என்பது சிவோவின் யூகமாய் இருந்தது.

"ஏன்? நீ இங்கு இருந்தால் தானே மனிதர்களுக்கு மீண்டும் அறிவை ஊட்டமுடியும். என்னுடன் வந்துவிட்டால், இங்கு மனிதர்களை யார் பழைய மாதிரி மாற்றுவது" கேட்டார் சிவோ.

"சிவோ, நான் இங்கே தலைமை ஏற்பதை விரும்பவில்லை. மனிதர்கள் பழையது போல் மாறவும் நினைக்கவில்லை. அவர்கள் புதிதாய் பரிணமிக்கட்டும். இயற்கை தான் தலைமையாய் இருக்க வேண்டும். என் கவலை எல்லாம் இங்கே மிருகங்கள் இல்லை, தேனீக்கள் இல்லை, யானை இல்லை இவைகள் இல்லாமல் உலகம் எப்படி இயங்கும் என்பது தான்" எல்லா சொன்னார்.

"கவலை வேண்டாம் எல்லா, இந்த நிமிடம் எங்கள் கிரகத்தில் இருந்து நீ வேண்டுவது போல் சில மிருகங்களை இங்கே கொண்டுவந்தாகிவிட்டது. காடு உருவாவதற்கான கூறுகளையும் ஏற்படுத்தியாகிவிட்டது. இயற்கை தான் இங்கே தலைமையாய் இருக்க வேண்டும் என நீ சொன்னது எனக்கு பெருமகிழ்ச்சி தருகிறது" என்றார் சிவோ.

"நீங்கள் என்றுமே மனிதர்களுக்கு மேல் தான்" என சிவோவை பார்த்து சொன்னார் எல்லா.

"எல்லா எனக்கு ஒன்று புரியவில்லை, நீ இல்லாது போனால் எப்படி மனிதர்கள் அறிவியலையும், விஞ்ஞானத்தையும் கற்பார்கள், யார் கற்பிப்பது?" சிவோ கேட்டார்.
"சிவோ, மனிதனின் தேவை ஒன்று போதும், அதுவே அவனுக்கு எல்லாவற்றையும் கற்றுத்தந்துவிடும், கற்கவைத்துவிடும்" என்றார் எல்லா.

தொடர்ந்து பேசினார் எல்லா, "அதுமட்டுமல்ல, மனிதர்கள் என்னிடம் இருந்த நல்லவற்றை

மட்டுமல்ல, தீயவையும் கற்கக்கூடும். அது எனக்கு வேண்டாம்" என்றார்.
"உன் விருப்பம்" என சிவோ சொன்னார்.

அடுத்து "எல்லா, எங்கள் கிரகம் வந்தால் நீயும் பல லட்சம் ஆண்டு வாழ்வாய் என நம்பிவிடாதே. உனது ஆயுள், இயற்கை தந்த அளவு மட்டுமே" தெளிவுபடுத்தினார் சிவோ.

"என் ஆயுள் என்னவென்று எனக்கு தெரியாது, தெரிந்து கொள்ள எனக்கு ஆசையுமில்லை. இன்னும் ஒரே நாள் நான் வாழ்ந்தாலும் சுதந்திரமாய் வாழ்ந்தால் போதும் என்ற முடிவுக்கு வந்துவிட்டேன்." என சொன்னார் எல்லா.

அப்போது இரு ஒட்டகச்சிவிங்கிகள் தூரத்தில் நடப்பதை கண்டார் எல்லா.
"அது நீங்க கொண்டுவந்ததா?" என கைகளை அந்த மிருகங்களை நோக்கி காட்டி சிவோவிடம் கேட்டார் எல்லா.
"ஆம். அது பூமியை இன்று தான் மிதித்திருக்கிறது" என்றார் சிவோ.

இதற்கிடையில் அண்டஊர்தி இருவர் முன் தென்பட்டது. சிவோ தன் கைகைளை அசைத்தும் அந்த ஊர்தியின் கதவு மறைந்தது. இருவரும் உள்ளே சென்றனர். இருக்கையில் அமர்ந்தார்கள் இருவரும்.

எல்லாவை பார்த்து கேட்டார் சிவோ, “நீ உறுதியாக இந்த பயணத்திற்கு தயாரா”

"நிச்சயமாக" என்றார் எல்லா.

"ம்ம் எனக்கும் தெரியும், உன் வாய் வழி அதை கேட்க விரும்பினேன். எல்லா, நீ மீண்டும் உலகை பார்க்காமலே போக வாய்ப்புண்டு, தெரியுமல்லவா?" என கேட்டார் சிவோ.

"அப்படியா? அது சின்ன வருத்தம் தான், பரவாயில்லை. ஆனால், நான் இறந்த பிறகு, உலகில் உரமாகிவிடுவதுதான் மகிழ்ச்சி. அதை மட்டும் எனக்காக செய்வீர்களா?" என்றார் எல்லா.

"ம்ம்... கண்டிப்பாக உன் ஆசைப்படியே நான் அதை செய்வேன்" என்றார் சிவோ.

"எல்லா, இறுதியாய் ஒரு விஷயம் இந்த பயணத்தில் நீ உன்னையே பணயம்

வைக்கப்போகிறாய்" நினைவுபடுத்தினார் சிவோ.

"சிவோ என் முந்தைய பயணமே, என்னை பணயம் வைத்து நான் மேற்கொண்டதுதான். நான் மீண்டும் ஒரு முறை பணயத்திற்கு தயார்" எல்லா சிரித்துக்கொண்டே சொன்னார்.

"சரி" என்றார் சிவோ.

"இல்லை. மிகச்சரி" என சொல்லி சிரித்தார் எல்லா.

"கண்களை மூடிக்கொள்" என சிவோ சொல்ல, அதன் படி செய்தார் எல்லா.

சில நிமிடம் கழித்து எல்லா கேட்டார் "சிவோ, இனி பூமியில் மக்கள் ஒற்றுமையாக, எந்த பிரிவும் இல்லாமல் வாழ்வார்களல்லவா?"

"ம்ம்ம்.. உண்மையை சொல்லட்டுமா? சரி சொல்லிவிடுகிறேன். இந்த நொடி பூமியில் லவ், லாவ், லூவ், லவே என நான்கு பிரிவுகள் இருக்கிறது" என்றார் சிவோ.

எல்லாவின் புருவங்கள் சட்டென உயர்ந்தன!!

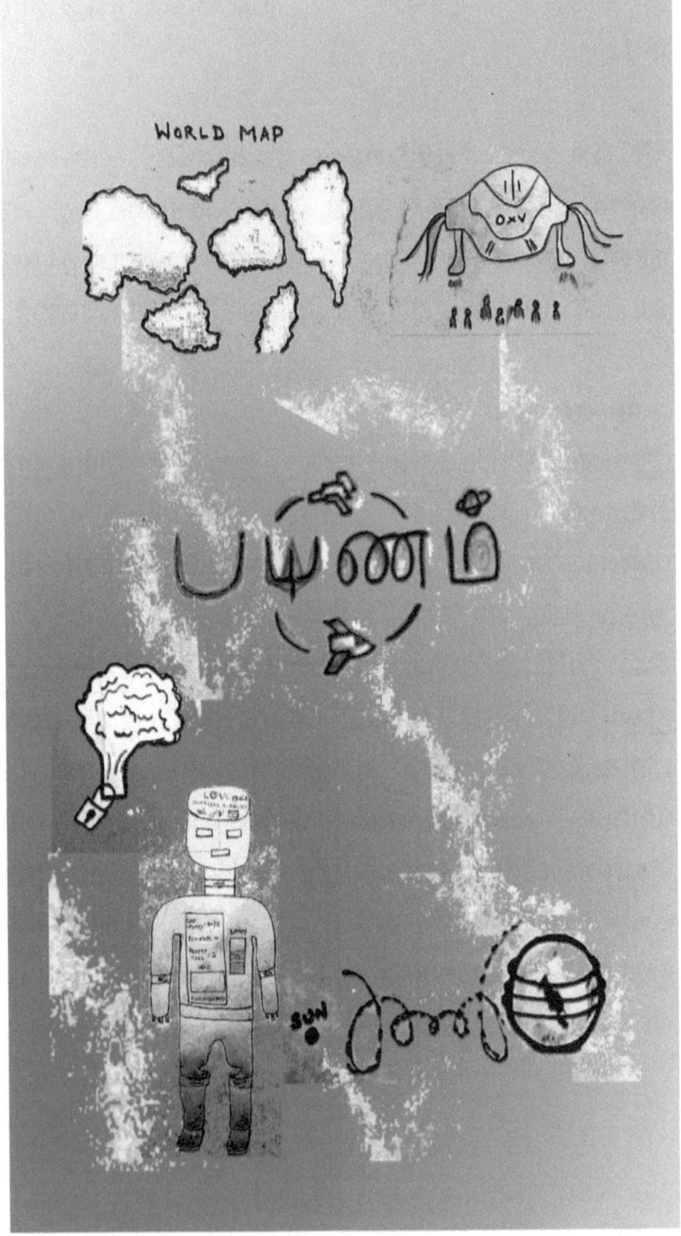
WORLD MAP
பயணம்
SUN

www.ingramcontent.com/pod-product-compliance
Lightning Source LLC
La Vergne TN
LVHW090400210926
848480LV00002B/404
9798887171449